KHUYÊN NGƯỜI
NIỆM PHẬT
CẦU SINH TỊNH ĐỘ

KHUYÊN NGƯỜI NIỆM PHẬT CẦU SINH TỊNH ĐỘ
(AN SĨ TOÀN THƯ - TẬP 5/5)

NGUYỄN MINH TIẾN
dịch và chú giải

NGUYỄN MINH TIẾN
Việt dịch và chú giải

KHUYÊN NGƯỜI NIỆM PHẬT CẦU SINH TỊNH ĐỘ

NGUYÊN TÁC: **TÂY QUY TRỰC CHỈ**

NHÀ XUẤT BẢN LIÊN PHẬT HỘI
UNITEDBUDDHIST PUBLISHER

懷西居士遺像

DI ẢNH HOÀI TÂY CƯ SĨ CHU AN SĨ

(Họa sĩ Uông Thạch Tâm)

XƯNG TÁN HÌNH TƯỢNG

Lời dẫn

Tiên sinh Chu An Sĩ, người Côn Sơn, trước tác rất nhiều sách. Tôi nhờ đọc qua các sách của tiên sinh mà được lợi ích sâu xa vô vàn. Thuở xưa đức Thế Tôn vì muốn nghe chỉ nửa bài kệ mà xả thân cho quỷ la-sát. Xét theo đó thì ân đức quá lớn lao của tiên sinh, tôi quả thật không biết làm sao báo đáp.

Uông Thạch Tâm vẽ tượng tiên sinh, nhờ người viết lời đề tượng, tôi xem qua thật hết sức kinh ngạc vui mừng, những lúc có thời gian vẫn thường chiêm ngưỡng lễ bái. Nay cung kính mượn bốn câu hai mươi vần,[1] tuy không đủ để nói về tiên sinh dù trong muôn một, nhưng chỉ mong thúc đẩy rộng truyền ý nguyện của tiên sinh khi viết sách, cũng là để kết duyên vãng sinh Tịnh độ. Chắc rằng tiên sinh ngự giữa đài sen nơi Cực Lạc cũng nhân việc này mà mỉm cười thỏa nguyện.

Ngày mồng 2 tháng 12 năm Canh Tý
Niên hiệu Đạo Quang[2]
Trương Nhĩ Đán kính đề[3]

---

[1] Nguyên tác là 敬為四言二十韻 (kính vi tứ ngôn nhị thập vận), có vẻ như lời dẫn này muốn nói rằng tiếp theo sau sẽ là các bài kệ tán theo thể bốn câu (mỗi đoạn) và cả thảy (có 12 bài) sử dụng 20 vần. Nếu cách hiểu này là đúng thì dường như đây chỉ là cách nói biểu trưng, vì không thực sự chính xác như vậy.

[2] Tức là năm 1840. Niên hiệu Đạo Quang (1820-1850) thuộc triều Thanh, Hoàng đế Đạo Quang.

[3] Trương Nhĩ Đán hiệu Mi Thúc (眉叔), người huyện Thường Thục, thuộc tỉnh Giang Tô, là một thi sĩ, học giả sống vào triều Thanh.

Bài tán thứ nhất

Đại cư sĩ hiện thân cứu thế,
Đời Khang Hy, Thánh đế xiển dương.
Tài biện thuyết không chi ngăn ngại,
Pháp cam lồ thí khắp nơi nơi.
Miệng trao lời, tay thảo sách quý,
Sấm vang chớp lóe phá mê lầm.

Kinh sách Tam giáo đều thông suốt,
Thấu hiểu sâu xa nghĩa nhiệm mầu.
Khí văn cuồn cuộn như mây nổi,
Lời lời lưu loát tựa suối tuôn.

Hiện thân sứ giả đức Như Lai,
Làm bậc Đạo sư dẫn dắt người.
Thương thay thế cuộc thời mạt pháp,
Chúng sinh phần lớn đều ngu si.
Nếu không phải bậc Đại Bồ Tát,
Sao có Pháp âm sư tử hống?
Nếu muốn xả thân về Tịnh độ,
Đời nay há dám chậm trễ sao?
Cư sĩ viết sách hơn vạn câu,
Thảy đều giảng rõ pháp môn ấy.

Trước đã từng nghe qua lời dạy,
Nay được chiêm ngưỡng tôn tượng ngài,
Gậy thiền, nón tịnh hướng Tây phương,
Râu như tuyết trắng bay theo gió.

Hàng đệ tử cúi đầu xưng tụng,
Mắt lệ tuôn, kính ngưỡng muôn phần,
Niệm danh hiệu ngài như niệm Phật.

Biết bao người đồng tâm chiêm bái,
Tuy chỉ là tranh tượng vô tri,
Nhưng nguyện lực vô biên vô lượng,
Sự hiển linh không thể nghĩ bàn.
Nhân duyên ấy nên từ tranh tượng,
Hình vẽ kia hóa hiện cành sen.

Người chí thành lễ bái tượng này,
Thảy đều được lòng từ tiếp độ.
Vô số chúng sinh đồng quy ngưỡng,
Cùng sinh về ao báu Tây phương.

Năm xưa gót ngọc dạo về Tây,
Thánh đức cao vời như còn đó.
Toàn Thư hàm chứa lời Phật dạy,
Lòng từ thương xót khắp muôn loài.
Ngài đã xa chơi miền Cực Lạc,
Lòng từ vẫn độ khắp muôn dân.
Tranh vẽ phỏng theo hình dáng cũ,
Lời xưa vang vọng mãi dư âm.

Cổ Ngô - Chu Triệu Canh, hiệu Ngâm Bạch

Bài tán thứ hai

Tánh thể sáng trong như mặt nguyệt,
Người người sẵn đủ nơi tự tâm.
Ai phát nguyện tu hành tinh tấn,
Trải nhiều đời ắt tỉnh cơn mê.
Bụi trần khi ấy không còn nhiễm,
Sống giữa đời tự tại an nhiên.

Chu Cư sĩ được người kính ngưỡng,
Là hàng tôn túc đất Côn Sơn.[1]
Khởi tâm từ bi, tạo phúc vô biên,
Độ muôn người thoát vòng khổ hải.
So người trước nhiếp ý Long Thư,[2]
Đối người sau, khơi nguồn Xích Mộc.[3]
Kim đài lồng lộng chiếu mười phương,
Phẩm hạnh cao vời soi kim cổ.
Nguyện cho chúng sinh toàn pháp giới,
Lìa xa ô nhiễm chốn trần ai,
Quả lành sớm thành tựu viên mãn,
Đồng sanh Cực Lạc ngự tòa sen.

Nguyên Hòa – Khâu Hồng Nghiệp, tự Ấu Trì

Bài tán thứ ba

Sông ái nhiễm ngày thêm sâu thẳm,
Biển trần lao sóng dữ càng cao.
Thương thay chúng sinh cõi Ta-bà,
Tập khí lâu đời khó thay đổi.

Chỉ riêng Cư sĩ đất Côn Sơn,
Phát đại nguyện, hành đạo Bồ Tát.
Biên soạn Toàn thư, gồm mối đạo,
Lời lời răn dạy, khuyên người tu.

---

[1] Nguyên tác dùng Lộc Thành (鹿城) là một tên gọi khác của Côn Sơn, quê hương cư sĩ Chu An Sĩ.

[2] Long Thư: tức Long Thư Cư sĩ, người trước tác Long Thư Tịnh độ văn (龍舒淨土文) vào khoảng năm 1160. Ông tên thật là Vương Nhật Hưu, tự Hư Trung, quê ở huyện Long Thư, (nay thuộc tỉnh An Huy) nên mới lấy hiệu Long Thư Cư sĩ. Không rõ năm sinh, chỉ biết ông mất vào năm 1173).

[3] Tức Bành Xích Mộc (彭尺木), sinh năm 1740, mất năm 1796, tên thật là Bành Thiệu Thăng, tự Duẩn Sơ, hiệu Xích Mộc Cư sĩ, cũng có hiệu là Tri Quy Tử, quê ở Trường Châu thuộc tỉnh Giang Tô. Ông đỗ tiến sĩ vào niên hiệu Càn Long năm thứ 26 (1761), nghiên cứu sâu rộng Phật pháp, trước tu tập Thiền tông, sau hết sức xiển dương Tịnh độ.

Khác nào trong nhà tối đã lâu,
Bỗng thấy bừng lên ngọn đuốc sáng.
Lại như té ngã vách núi cao,
Bỗng với tay nắm được dải lụa.

Tự độ chính mình cũng độ người,
Hiển lộ tâm từ bi lân mẫn.
Một mai quả lành được viên mãn,
Đài sen chói sáng sắc vàng tử kim.

Người sau đã mất đi chuẩn mực,
Nhớ tiếc muôn đời gương mẫu xưa.
May sao có hiền sĩ Thạch Tâm,
Tìm khắp trong những người hậu duệ,
Mừng vui gặp được chân dung Ngài,
Khéo tay mô phỏng thành Thánh tượng.

Đau lòng kẻ sinh sau đến muộn,
Chưa từng được diện kiến tôn nhan.
Nay đem hết tâm thành kính ngưỡng,
Mở sách ra như được gặp Người.

Huống chi được chiêm bái Thánh tượng,
Lễ lạy càng sinh lòng kính luyến.
Lặng lẽ ngưỡng bái biết bao lần,
Nguyện dùng thuyền Pháp làm phương tiện,
Cứu độ chúng sinh cõi Ta-bà,
Hết thảy cùng lên bậc Bất thối.

Nguyên Hòa – Chu Triệu Tiêu, tự Vi Khanh

Bài tán thứ tư

Bao lần đọc kỹ sách tiên sinh,
Lễ bái hình tượng bậc thoát tục.
Lời từ rộng độ khắp thế gian,
Dung mạo phi phàm thêm rực rỡ.

Nhiều đời trước hành đạo Bồ Tát,
Một kiếp này hiện tướng phàm nhân.
Dẫu thông suốt vào ra Tam giáo,
Vẫn một lòng hướng Phật Di-đà.
Thương thay chúng sinh cõi Ta-bà,
Trôi giạt bao đời trong sinh tử.
Lời ngài trong sách được rộng truyền,
Như sấm rền muôn đời vang vọng.

Chỉ tiếc không được sinh cùng thời,
Theo hầu bên trướng bậc chân tu.
Bốn mươi năm chẵn thành đạo cả,
Môn nhân kính ngưỡng như Thái sơn.
Thắp một nén hương lòng cung kính,
Đảnh lễ bậc Bồ Tát độ sinh,
Nguyện sớm quay lại cõi Ta-bà,
Cứu độ chúng sinh vô số lượng.

Lạp Thủy – Khâu Tôn Cẩm, tự Họa Đường.

Bài tán thứ năm

Cư sĩ bậc Tiên sinh quê tôi,
Lòng thành kính ngưỡng như núi Thái.
Văn chương lừng lẫy đất Ngọc Phong,
Gần đây bao người tài tiếp bước.

Chân truyền lý học có Trang Cừ.[1]
Tiếp Bá Lư dạy người trọn đủ.[2]
Văn hay nổi tiếng, Quy Chấn Xuyên,[3]
Thông suốt sách sử, Cố Diễm Vũ.[4]

Cư sĩ học thông Nho, Lão, Phật,
Dứt trừ vọng nghiệp, rõ tử sinh.
Soạn hai bộ sách trừ dâm, sát,
Như tiếng quát chấn động người nghe.

Cứu vớt chúng sinh khỏi đường mê,
Sau lại chỉ nẻo về Cực Lạc.
Một lòng niệm Phật hướng Tây phương,
Cách muôn cõi nước, gần gang tấc.
Trong hồ bảy báu, hoa sen nở,
Cười bảo người nhà: Phật đón ta!

Tôi sinh sau Ngài sáu mươi năm,
Không được gặp sứ giả Như Lai.
Cứu cánh không tìm đâu nơi khác,
Nhân duyên giải thoát chính là đây.

---

[1] Trang Cừ (莊渠), tức Ngụy Hiệu (魏校), tự Tự Tài (字才), hiệu Trang Cừ. Ông vốn trước mang họ Lý, sinh năm 1483, mất năm 1543, là người ở Tô Châu thuộc Côn Sơn, cùng quê với tiên sinh An Sĩ. Trang Cừ tinh thông lý học, có để lại tác phẩm Trang Cừ Di Thư. Ông cũng là thầy dạy của Quy Chấn Xuyên. Đương thời, ông với Lý Thừa Huân, Hồ Thế Trữ và Dư Hữu Thiện là 4 học giả được người đời tôn xưng là Nam Đô Tứ quân tử.

[2] Bá Lư (柏廬), tức Chu Dụng Thuần (朱用純), tự trí nhất, hiệu Bá Lư, sinh năm 1617. Ông để lại nhiều tác phẩm, trong đó có ảnh hưởng sâu rộng nhất là Chu tử gia huấn (朱子家訓), cũng được biết với tên là Chu Bá Lư trị gia cách ngôn (朱柏廬治家格言).

[3] Quy Chấn Xuyên (歸震川), tên thật là Quy Hữu Quang (歸有光), sinh năm 1507, mất năm 1571, tự Hy Phủ hoặc Khai Phủ, hiệu Chấn Xuyên, thường được tôn xưng là Chấn Xuyên Tiên sinh, người ở Thái Thương thuộc Côn Sơn, cùng quê với tiên sinh An Sĩ.

[4] Nguyên tác dùng Đình Lâm (亭林) tức Đình Lâm Tiên sinh, là tôn hiệu của Cố Diễm Vũ (顧炎武), tự Trung Thanh (忠清), sinh năm 1613, mất năm 1682, là bậc văn tài lỗi lạc người phủ Tô Châu thuộc Côn Sơn, cùng quê với Tiên sinh An Sĩ.

Cư sĩ xưng "người nhớ về Tây",[1]
Riêng tôi ngưỡng vọng theo Cư sĩ.

Côn Sơn – Phương Bộ Doanh, tự Tiểu Tương

Bài tán thứ sáu

Ngài hiện thân cư sĩ,
Vì thuyết pháp độ sinh.
Từ Long Thư đến nay,[2]
Duy nhất chỉ thấy Ngài.
Khuyên người tu Tịnh độ,
Dạy bảo kẻ sơ cơ,
Đều đưa vào cõi Phật.
Sách Tây quy trực chỉ,
Phù hợp cả ba căn.[3]
Bao nhân duyên, thí dụ,
Gồm đủ vào trong đó.

Uông Thạch Tâm chí thành,
Tạo tượng Ngài cúng dường.
Nay xin khuyên người đời,
Nên cung kính tin theo.

Ngô Huyện – Chu Hiếu Cai, tự Tâm Hương

Bài tán thứ bảy

Ngài là thiện tri thức,
Đại Bồ Tát độ sinh.

---

[1] Tiên sinh An Sĩ tự lấy hiệu là Hoài Tây Cư sĩ, nghĩa là người luôn nhớ nghĩ về phương Tây, tức cõi Tịnh độ Tây phương Cực Lạc.

[2] Long Thư: Tức Vương Nhật Hưu, hiệu Long Thư Cư sĩ, người đã soạn Long Thư Tịnh độ văn, là một hành giả Tịnh độ uyên bác và đã đóng góp lớn lao trong việc xiển dương Giáo pháp này.

[3] Ba căn: chỉ trong số người tu tập có ba căn cơ khác nhau. Thượng căn là bậc trí tuệ, trung căn là hạng trung bình, hạ căn là những kẻ mê muội tối tăm.

Hiện thân trong cửa Khổng,
Thuyết giảng đạo Thích-ca.
Khuyên người trì giới luật,
Nghiêm giữ giới sát, dâm.
Dạy giáo pháp Ba thừa,
Sâu xa và rộng khắp.

Đem hết cả thân tâm,
Phụng sự khắp pháp giới.
Rộng truyền pháp niệm Phật,
Xiển dương tông Tịnh độ.

Trừ mê tối khắp nơi,
Hiện mặt trời trí tuệ.
Được đọc sách của Ngài,
Như thấy Ngài hiển hiện.
Cung kính lễ Thánh tượng,
Tâm đạo càng kiên cố.

Trước ngài có Long Thư,
Sau lại thêm Xích Mộc.[1]
Khoảng giữa chính là ngài,
Trọn thành ba chân vạc.
Giáo pháp lúc suy vi,
Chấn hưng nhờ các vị.
Ngăn dứt bao tà thuyết,
Phá bỏ tục suy đồi.

Con sau ngài trăm năm,
Chỉ chiêm ngưỡng hình tượng.

---

[1] Long Thư chỉ cư sĩ Vương Nhật Hưu, tức Long Thư Cư sĩ, xiển dương Tịnh độ vào đầu thế kỷ 12, trước tiên sinh Chu An Sĩ. Xích Mộc tức Xích Mộc Cư sĩ, tên thật là Bành Thiệu Thăng, đã có chú thích ở trước. Đoạn này trong bài tán muốn nói đến ba người nổi bật như ba chân vạc, giữ vững chắc giáo pháp Tịnh độ.

Kính cẩn nâng di thư,
Lòng vui buồn lẫn lộn,
Dòng nước mắt khôn cầm.

Ngài xưa hướng về Tây,
Con nay nguyện cũng vậy.
Nguyện được Ngài gia hộ,
Sen nở chốn Tây phương.

Phương Ngoại – Thích Tổ Quán, tự Giác A

Bài tán thứ tám

Trà thơm vương nhẹ giường thiền,
Năm xưa bao độ triền miên mê lầm.
Một sớm hoa nở đất tâm,
Thuyền sang bến giác, dứt mầm khổ vui.
Quay đầu kính lễ Đạo sư,
Ta-bà cứu độ, Toàn Thư lưu truyền.

Đông Mão – Chu Đại Vận

Bài tán thứ chín

Từng đọc qua sách của Tiên sinh,
Lòng thường nghĩ nhớ xiết bao tình.
Lời nhân ái tình thương trải khắp,
Lẽ chân thường thức tỉnh quần mê.
Mừng vui nay được xem thánh tượng,
Tâm lành nguyện dốc trọn lai sinh.
Ngày sau nơi cõi nước an lành,
Ngẩng đầu ngưỡng vọng kính Tiên sinh.

Hàng Châu – Phùng Húc Thăng

Bài tán thứ mười

Một vuông giấy họa nên Thánh tượng,
Mừng vui thay được thấy Chân sư.
Đức cao hậu thế thường kính ngưỡng,
Nguyện lớn từ lâu vẫn hướng Tây.

Lưu lại Toàn thư truyền Giáo pháp,
Cứu giúp muôn dân, dạy đạo lành.
Thắp nén hương, ngưỡng trông dung mạo,
Nét thanh tao, quắc thước hiển bày.
Tâm thành, chỉ thêu, nên thánh tượng,
Chân dung Ngài, chiêm ngưỡng không thôi.
Kiếp mạt, thương đời ngăn sóng dữ,
Bến mê, cứu khổ thả bè từ.

Gương sáng học theo dường không khó,
Nết xấu dạy người khéo lánh xa.
Mười năm ao ước, tròn nguyện cũ,
Đôi lời xưng tán, rộng truyền lưu.

(Trước đây mười năm, tôi được quen biết cháu cố nội của Tiên sinh Chu An Sĩ là Thiếu Dung Mậu Tài, nhờ đó nhận được bản thảo sách này. Tôi lại có dịp ở chỗ của Uông Thạch Tâm được nhìn thấy di ảnh của Tiên sinh. Không bao lâu sau, Thiếu Dung qua đời, tôi có ý muốn đem bản thảo này khắc in, nhưng dù cố gắng đã lâu vẫn không thành tựu. Đến nay mới được các ông Uông Tâm Trì, Thẩm Tế Chi cùng giúp tiền vào việc in ấn.)

Nhân Hòa – Hồ Đĩnh, hiệu Đĩnh Thần

Bài tán thứ mười một

Đại nguyện Hoài Tây nay đã thỏa,
Hoa khai cõi Phật vạn kiếp xuân.
Chánh pháp rộng truyền, trời người lợi,
Lòng từ cứu độ, khắp muôn dân.

Cõi mộng vang hồi chuông cảnh tỉnh,
Bến mê thuyền pháp độ khách trần.
Tiên sinh công đức tày biển lớn,
Nghĩ bàn xưng tán chẳng xứng phần.

Đến nay còn đó pho sách quý,
Vui sao được khắc bản lưu hành.
Thuyết giảng độ người không ngăn ngại,
Đức lớn ẩn tàng mầu nhiệm thay.

Tâm thành bút mực đôi dòng kính,
Khói hương mờ nhạt cảm oai thần.
Nghiền ngẫm di thư thêm trí tuệ,
Sen vàng đất Phật quyết có phần.

(Nhân chỉnh sửa di cảo của Tiên sinh vừa xong, kính đề hai vần thơ trên.)

Cổ Ngô – Uông Phụng Chương, tự Tâm Trì

Bài tán thứ mười hai

Tâm đại bi vô cùng dũng mãnh,
Thuyết pháp độ người không ngăn ngại,
Như được nghe từ kim khẩu Thế Tôn,
Khiến cõi đất chấn động theo sáu cách.

Uông Đại Thân

TIỂU SỬ TIÊN SINH CHU AN SĨ[1]

Tiên sinh tên thật là Chu Mộng Nhan, còn có tên khác là Tư Nhân, hiệu An Sĩ, là hàng trí thức ở đất Côn Sơn.

Ngài thông hiểu Kinh tạng, tin sâu pháp môn Tịnh độ nên tự lấy hiệu là Hoài Tây Cư sĩ. Ngài thường suy xét thấy rằng, tất cả chúng sinh tạo vô số tội nghiệp, trong đó có đến hơn một nửa là do hai nghiệp tà dâm và giết hại, nhân đó liền soạn ra hai quyển sách để khuyên răn người đời từ bỏ sự tà dâm và giết hại.

Sách khuyên người bỏ sự giết hại lấy tên là Vạn thiện tiên tư,[2] lời lẽ thiết tha thành khẩn, ý tứ sâu xa cảm động lòng người. Theo lời ngài kể lại thì mỗi khi đi qua bất kỳ miếu thần nào cũng đều có lời khấn nguyện rằng:

"Nguyện chư vị thần linh hãy phát tâm xuất thế, đừng thọ hưởng những đồ cúng tế bằng máu thịt chúng sinh, một lòng thường niệm đức Phật A-di-đà, cầu vãng sinh Tây phương Tịnh độ. Chu Tư Nhân này kể từ năm 24 tuổi cho đến cuối đời, nguyện rằng nếu có tự tay giết hại dù một con cá nhỏ, cho đến những người trong nhà tôi nếu có ai làm tổn hại đến con muỗi, con kiến, xin tôn thần thẳng tay nghiêm trị, nổi lên sấm sét đánh nát những sách tôi viết ra.

"Lại kể từ năm 24 tuổi cho đến cuối đời, xuống sông gặp cá, ngẩng mặt thấy chim, nếu như không nghĩ việc cứu giúp phóng sinh mà còn khởi tâm giết hại, cũng xin chịu sự trừng phạt như trên.

---

[1] Phần này trong nguyên bản là Chu An Sĩ cư sĩ truyện, cùng với toàn bộ nội dung sách Tây Quy trực chỉ được đưa vào Vạn tân toản Tục tạng kinh, thuộc Tập 62, kinh số 1173, bắt đầu từ trang 99, tờ a.

[2] Do ý nghĩa này nên khi chuyển dịch sang Việt ngữ chúng tôi đã lấy tựa đề cho phần này là Khuyên người bỏ sự giết hại.

"Lại kể từ năm 24 tuổi cho đến cuối đời, dù là trong giấc mộng, nếu thấy người giết hại chúng sinh mà không hết lòng xưng danh hiệu Phật, không khởi tâm cứu giúp, ngược lại còn vui vẻ tán thành, cũng xin chịu sự trừng phạt như trên."

Về quyển sách khuyên người bỏ sự tham dục của tiên sinh, tựa đề là Dục hải hồi cuồng,[1] khuyên hết thảy những người nặng lòng tham dục, trước tiên dùng phương tiện quán chiếu việc ở trong thai mẹ như tù ngục, thấy rõ đủ mọi sự khổ não, do đó liền dứt trừ được tâm tham dục.

Tiếp theo dạy người quán xét thân thể bằng xương thịt này, là nơi hội tụ của đủ loại ký sinh trùng, thường lưu chuyển trong thân người, ăn hút tủy não, máu thịt của người. Cách quán chiếu này được xem như mở ra phương tiện ban đầu của phép quán bất tịnh.

Tiếp theo nữa lại dạy việc quán chiếu thân thể kẻ nam người nữ đều chứa đựng những máu, mủ, đờm dãi... đầy những thứ nhơ nhớp, chẳng khác nào một hố phân hôi hám chất chứa phẩn uế. Dùng phép quán này làm phương tiện đối trị để dứt trừ tham dục.

Tiếp theo nữa lại dạy quán xác chết nằm cứng đờ ngửa mặt, khí lạnh thấu xương, đến khi thối rữa, nước mủ vàng từ trong rỉ chảy ra, hôi thối không sao chịu nổi, giòi bọ rúc rỉa khắp trong thân cắn rứt, cho đến khi da thịt đều hoại nát, xương cốt cũng tách lìa, thậm chí trải qua thời gian rồi mồ mả xói mòn, xương cốt lộ ra bị người, thú giẫm đạp... Quán xét như vậy rồi thấy rằng, chính thân thể này của mình cuối cùng cũng sẽ phải trải qua sự hư hoại như vậy không khác.

Tiếp theo lại quán chiếu theo như lời dạy trong kinh Pháp Hoa về nhân duyên, về tướng sinh, tướng diệt, tướng không

---

[1] Do ý nghĩa này nên khi chuyển dịch sang Việt ngữ chúng tôi đã lấy tựa đề cho phần này là Khuyên người bỏ sự tham dục.

sinh không diệt. Đây là phương tiện dứt trừ đến tận cội nguồn tham dục.

Tiếp theo lại quán tự thân mình ở thế giới Cực Lạc, hóa sinh từ hoa sen giữa hồ bảy báu, hoa nở liền được thấy Phật A-di-đà ngự trên tòa sen báu, có đủ các tướng lành trang nghiêm thân Phật, lại thấy tự thân mình được lễ bái cúng dường Phật. Khi quán chiếu như vậy rồi liền phát nguyện vãng sinh về thế giới Cực Lạc, vĩnh viễn lìa thoát khỏi hố hầm tham dục. Phép quán này là phương tiện rốt ráo để đạt đến sự giải thoát.

Tiên sinh lại biên soạn sách Âm chất văn quảng nghĩa giảng rộng nghĩa lý bài văn Âm chất để khuyên người tin sâu nhân quả,[1] gồm 2 quyển,[2] sách Tây quy trực chỉ gồm 4 quyển, khuyên người tu tập niệm Phật cầu vãng sinh.[3]

Vào tháng giêng niên hiệu Càn Long năm thứ tư,[4] ngài từ biệt người nhà, nói là sắp về Tây phương Cực Lạc. Người nhà xin nấu nước thơm để tắm rửa, ngài gạt đi mà nói: "Ta vốn tắm nước thơm từ lâu rồi!" Ngài vẫn cười nói vui vẻ an nhiên cho đến lúc qua đời. Khi ấy có mùi hương thơm lạ ngào ngạt tỏa lan khắp nhà.

Năm ấy, ngài thọ được 84 tuổi.

---

[1] Do ý nghĩa này nên khi chuyển dịch sang Việt ngữ chúng tôi đã lấy tựa đề cho phần này là Khuyên người tin sâu nhân quả, cũng phân làm 2 quyển thượng, hạ như nguyên tác.

[2] Nguyên bản khắc là 三卷 (tam quyển) nhưng thực tế chỉ có 2 quyển (thượng, hạ), có lẽ người viết bài này đã nhầm, hoặc cũng có thể do trước đây có lần khắc in nào đó chia sách này làm 3 quyển chăng?

[3] Do ý nghĩa này nên khi chuyển dịch sang Việt ngữ chúng tôi đã lấy tựa đề cho phần này là Khuyên người niệm Phật cầu sinh Tịnh độ.

[4] Tức là năm 1739.

MƯỜI ĐIỀU THÙ THẮNG Ở CÕI TÂY PHƯƠNG

1. Hóa sinh từ hoa sen, khác biệt với cõi Ta-bà sinh trưởng từ bào thai.

2. Sinh ra liền được tướng hảo đoan nghiêm, khác biệt với cõi Ta-bà thọ thân xương thịt ô uế.

3. Mặt đất khắp nơi bằng vàng ròng, khác biệt với cõi Ta-bà đất cát dơ nhớp.

4. Y phục và thức ăn tự nhiên hóa hiện, khác biệt với cõi Ta-bà thường chịu khổ đói rét.

5. Cung điện tùy ý hiện ra, khác biệt với cõi Ta-bà phải vất vả xây dựng.

6. Tùy ý đi lại giữa hư không, khác biệt với cõi Ta-bà thân như túi da chứa đầy bệnh khổ.

7. Được sống chung cùng bạn lành yêu kính, khác biệt với cõi Ta-bà oan gia thường đối mặt.

8. Tuổi thọ dài lâu không thể suy lường, khác biệt với cõi Ta-bà sống chết ngắn ngủi trong gang tấc.

9. Vĩnh viễn không còn thối chuyển, khác biệt với cõi Ta-bà nghiệp duyên che chướng đường tu.

10. Được thọ ký sẽ thành Phật, khác biệt với cõi Ta-bà nhiều lần luân chuyển trong ba đường ác.

- Từ điều thứ nhất đến điều thứ năm, so sánh giữa ô uế với thanh tịnh, khác biệt rất xa một trời một vực.

- Từ điều thứ nhất đến điều thứ tư và từ điều thứ sáu đến điều thứ mười, so sánh giữa khổ não với an vui, khác biệt rất xa một trời một vực.

- Các điều thứ tư, thứ năm, thứ chín và thứ mười, so sánh giữa đời sống dễ dàng với khó khăn, khác biệt rất xa một trời một vực.

ĐẠI SƯ LIÊN TRÌ RỘNG KHUYÊN MỌI NGƯỜI NIỆM PHẬT

- Nếu người giàu sang, hiện được mọi sự thọ dụng, nhân đó rất nên niệm Phật.

- Nếu người nghèo khó, gia đình suy vi khổ lụy, nhân đó rất nên niệm Phật.

- Nếu người có con, tông đường đã có thể phó thác, nhân đó rất nên niệm Phật.

- Nếu người không con, sống cô độc không ràng buộc, nhân đó rất nên niệm Phật.

- Nếu người có con hiếu, an ổn được sự phụng dưỡng, nhân đó rất nên niệm Phật.

- Nếu người có con ngỗ nghịch, không sinh lòng thương yêu lưu luyến, nhân đó rất nên niệm Phật.

- Nếu người được thân thể khỏe mạnh không bệnh tật, nhân đó rất nên niệm Phật.

- Nếu người mắc phải bệnh tật, mạng sống mong manh trong sớm tối, nhân đó rất nên niệm Phật.

- Nếu người cô quả, sống đơn chiếc không ràng buộc, nhân đó rất nên niệm Phật.

- Nếu người bị tai nạn, gặp cảnh cùng khốn cùng, nhân đó rất nên niệm Phật.

- Nếu người già yếu, mạng sống chẳng còn bao lâu, nhân đó rất nên niệm Phật.

- Nếu người tuổi trẻ, tinh thần sáng suốt nhanh nhạy, nhân đó rất nên niệm Phật.

- Nếu người sống an nhàn, trong lòng không bị điều gì quấy nhiễu, nhân đó rất nên niệm Phật.

- Nếu người bận rộn, thỉnh thoảng mới có một được đôi khi rảnh rỗi, nhân đó rất nên niệm Phật.

- Nếu là người xuất gia, sống vượt ngoài thế sự, nhân đó rất nên niệm Phật.

- Nếu là người tại gia, rõ biết ba cõi như căn nhà đang cháy cần phải thoát ra, nhân đó rất nên niệm Phật.

- Nếu là người thông minh trí tuệ, hiểu thấu ý nghĩa Kinh điển, nhân đó rất nên niệm Phật.

- Nếu là người ngu si đần độn, không có được bất kỳ khả năng gì khác, nhân đó rất nên niệm Phật.

- Nếu là người tu tập pháp thiền, ngộ ra được tất cả các pháp đều do tâm tạo, nhân đó rất nên niệm Phật.

- Nếu là người tu theo đạo tiên, cầu được sống lâu muôn tuổi, nhân đó rất nên niệm Phật.[1]

NIỆM PHẬT CÓ CHÍN ĐIỀU THÙ THẮNG

1. Câu Phật hiệu chỉ có ít chữ, rất dễ niệm, không như kinh chú rất khó trì tụng.

2. Có thể niệm Phật ở bất cứ đâu, không nhất thiết phải đối trước bàn thờ Phật.

---

[1] An Sĩ toàn thư không dẫn chú phần này. Chúng tôi tìm thấy trong sách Vân Thê Tịnh độ vựng ngữ (雲棲淨土彙語) thuộc Vạn tân toàn Tục tạng kinh, Tập 62, kinh số 1170. Phần trích dẫn bắt đầu từ dòng 19 thuộc trang 2, tờ c. Các đoạn cuối của phần này có đôi chút khác biệt so với phần trích dẫn của An Sĩ toàn thư, nguyên văn như sau: 若人聰明。通曉淨土。正好念佛。若人愚魯。別無所能。正好念佛。若人持律。律是佛制。正好念佛。若人看經。經是佛說。正好念佛。若人參禪。禪是佛心。正好念佛。若人悟道。悟須佛證。正好念佛。(Nhược nhân thông minh, thông hiểu tịnh độ, chính hảo niệm Phật. Nhược nhân ngu lỗ, biệt vô sở năng, chính hảo niệm Phật. Nhược nhân trì luật, luật thị Phật chế, chính hảo niệm Phật. Nhược nhân khán kinh, kinh thị Phật thuyết, chính hảo niệm Phật. Nhược nhân tham thiền, thiền thị Phật tâm, chính hảo niệm Phật. Nhược nhân ngộ đạo, ngộ tu Phật chứng, chính hảo niệm Phật.) Nội dung theo An Sĩ toàn thư lại xét thấy có phần hợp lý hơn nên chúng tôi ngờ rằng bản văn mà tiên sinh An Sĩ đã dùng để trích có thể chính xác hơn bản văn được lưu giữ trong Tục tạng kinh hiện nay.

3. Có thể niệm Phật bất kỳ lúc nào, không nhất thiết phân biệt lúc sớm tối, khi bận rộn hay nhàn rỗi.

4. Ai ai cũng có thể niệm Phật, không phân biệt kẻ sang người hèn, kẻ trí người ngu.

5. Người niệm Phật được tăng trưởng phước đức.

6. Người niệm Phật được tiêu trừ tội nặng. Trong kinh dạy rằng: "Chí tâm niệm Phật một tiếng có thể tiêu diệt tám mươi ức kiếp tội nặng trong sinh tử."

7. Người niệm Phật được chư thiên, các vị thần đều cung kính.

8. Người niệm Phật thì loài quỷ xấu ác đều phải tránh xa.

9. Người niệm Phật khi lâm chung được vãng sinh, nhất định sẽ được đức Phật thọ ký.

MỘT SỐ KHÁI NIỆM TRONG ĐẠO PHẬT VỀ LUÂN HỒI

1. Các tầng trời trong ba cõi

- Cõi Dục: 6 tầng trời

- Cõi Sắc: 18 tầng trời, bao gồm:

    - Sơ thiền: 3 tầng trời

    - Nhị thiền: 3 tầng trời

    - Tam thiền: 3 tầng trời

    - Tứ thiền: 9 tầng trời

- Cõi Vô sắc: 4 tầng trời

(Tổng cộng có 28 tầng trời trong ba cõi.)

2. Bốn cách sinh (tứ sinh)

Bao gồm các chúng sinh được sinh ra từ trứng (noãn sinh), từ bào thai (thai sinh), từ sự ẩm ướt (thấp sinh) và từ sự biến hóa (hóa sinh).

3. Sáu cõi luân hồi (lục đạo)

1. Cõi trời của chư thiên.

2. Cõi người của nhân loại.

3. Cõi a-tu-la.

4. Cõi địa ngục.

5. Cõi ngạ quỷ.

6. Cõi súc sinh.

Có một số cách phân biệt khác nhau đối với 6 cõi này. Như khi nói 2 đường lành thì chỉ đến 2 cõi trời và người, nhưng khi nói 3 đường lành thì bao gồm thêm cõi a-tu-la.

Tương tự, khi nói đến 3 đường ác thì chỉ đến các cõi địa ngục, ngạ quỷ và súc sinh, nhưng khi nói 4 đường ác thì bao gồm thêm cõi a-tu-la.

Như vậy, chỉ riêng cõi a-tu-la có thể được xem như cõi lành (thiện đạo) hoặc cõi ác (ác đạo).

BẢY PHÉP QUÁN BẤT TỊNH

Quán xét việc ở trong thai mẹ bất tịnh

1. Quán xét chủng tử bất tịnh, vì từ nơi ái dục mà sinh ra.

2. Quán xét việc thọ sinh bất tịnh, vì từ nơi tinh trùng và máu huyết trộn lẫn mà thành.

3. Quán xét chỗ trú ngụ bất tịnh, vì thai nhi nằm bên dưới tạng phủ.

4. Quán xét thực phẩm nuôi dưỡng bất tịnh, vì thai nhi sống nhờ máu huyết người mẹ.

Quán xét việc sinh ra khỏi thai mẹ bất tịnh

5. Quán xét việc sinh ra là bất tịnh, vì thai nhi phải đi qua đường bất tịnh.

6. Quán xét khắp thân thể đều bất tịnh, như trong ruột luôn chứa đầy phẩn uế.

7. Quán xét đến rốt cùng là bất tịnh, vì khi sinh mạng chấm dứt, thân thể hư hoại thối rữa.

BA HẠNG NGƯỜI QUYẾT ĐỊNH SẼ ĐƯỢC VÃNG SINH

Kinh Thập lục quán dạy rằng: "Những người tu tập các pháp quán [trong kinh này], có ba hạng người quyết định sẽ được vãng sinh.

"Thứ nhất là những người biết hiếu dưỡng cha mẹ, giữ tâm từ bi không giết hại vật mạng, tu tập Mười nghiệp lành.

"Thứ hai là những người đã thọ Tam quy, nghiêm trì đầy đủ giới luật, không phạm vào các oai nghi [do Phật chế định].

"Thứ ba là những người phát tâm Bồ-đề, tụng đọc Kinh điển Đại thừa, khuyến khích khuyên bảo người khác cùng tu tập."[1]

NĂM TÂM LÀNH GIÚP NGƯỜI TU CHẮC CHẮN ĐƯỢC VÃNG SINH

1. Phát tâm chán bỏ xa lìa: vì quán xét thấy thế giới Ta-bà này có đủ tám loại khổ,[2] là nơi oan gia tụ hội.

2. Phát tâm mến mộ yêu thích: vì quán xét thấy thế giới Tây phương Cực Lạc có vạn điều phúc lành trang nghiêm cõi nước, thọ mạng dài lâu không thể suy lường.

3. Phát tâm báo đáp ân đức: vì quán xét thấy công ơn cha mẹ, các bậc sư trưởng đều hết sức lớn lao, chỉ khi thành Phật mới có đủ khả năng đền đáp, [nên cầu được vãng sinh về Tây phương Cực Lạc, được thọ ký thành Phật].

4. Phát tâm sợ sệt: vì quán xét thấy nếu không được vãng sinh về Cực Lạc thì nhất định phải chịu nghiệp quả trôi lăn trong ba đường ác.

5. Phát tâm từ bi thương xót: vì quán xét thấy tất cả chúng sinh đang chịu nhiều khổ não, nguyện được vãng sinh thành Phật để cứu độ tất cả.

---

[1] Ba điều này gọi là Tam phúc. Hòa thượng Tịnh Không khi thành lập Tịnh tông Học hội đã đưa vào quy chế tu tập (cùng với Lục hòa), xem như tôn chỉ của Học hội.

[2] Tám loại khổ (bát khổ), bao gồm: 1. Sanh là khổ; 2. Già là khổ; 3. Bệnh là khổ; 4. Chết là khổ; 5. Mong cầu không được là khổ; 6. Năm ấm phát triển bất thường là khổ; 7. Xa lìa người thương yêu là khổ; 8. Gặp gỡ, gần gũi kẻ oán ghét là khổ.

CHÍN PHÉP QUÁN TƯỞNG TỬ THI

1. Quán tưởng tử thi mới chết: thân thể nằm ngửa cứng đờ, khí lạnh thấu xương.

2. Quán máu đông ứ đọng trong thân: sau khi chết được ba, bốn ngày, xác chết biến thành màu xanh tím thâm đen.

3. Quán chất mủ rỉ chảy ra: khi thân thể xanh tím trương sình vỡ ra, máu mủ hôi hám rỉ chảy khắp nơi.

4. Quán xác chết tan rã hư hoại: khi máu mủ thịt da đều tan rã, chỉ còn như một đống xương thịt thối nát.

5. Quán xương cốt hôi thối: khi chỉ còn lại nắm xương tàn nơi thi thể đã phân hủy hết, mùi hôi thối bốc lên kinh khủng đến mức những người thân yêu nhất cũng phải bịt mũi tránh xa.

6. Quán giòi bọ rúc rỉa: trong suốt thời gian xác chết phân hủy, vô số các loại giòi bọ sinh ra, rúc rỉa khắp thi thể.

7. Quán xác chết đã phân hủy hết, chỉ còn lại các đốt xương được dính với nhau nhờ các dây gân.

8. Quán các dây gân cuối cùng cũng tan rã hết, chỉ còn lại những đốt xương trắng rời rạc nằm rải rác.

9. Quán những đốt xương cuối cùng rồi cũng khô mục, hư hoại, dần dần tiêu tán hết.

Khi thực hành chín phép quán trên đây, đều thấy rõ rằng chính bản thân mình trong tương lai chắc chắn rồi cũng không tránh khỏi những tiến trình ấy. Do đó phải sớm nhận biết, hiểu rõ mà lo việc niệm Phật cầu sinh Tịnh độ.

Phép quán xương trắng

Trong phép quán này, hành giả quán chiếu những điều mình theo đuổi, bám giữ trong suốt cuộc đời bao gồm: con cái, tiền bạc châu báu, nhà cửa, ruộng vườn, quan tước địa vị, danh dự, tri thức, tài nghệ. Tám điều ấy rốt cùng khi chết đi đều chẳng mang theo được, chỉ còn trơ lại một bộ xương trắng. Nên có thơ rằng:

Một khi quán xét kỹ mọi điều,
Hết thảy buông tay chẳng mang theo.
Sao không sớm liệu đường tu tập,
Thoát khổ về Tây, vẹn muôn bề.

BẢY ĐIỀU ĐÁNG TIẾC

1. Đức Phật A-di-đà vốn có lời nguyện lớn cứu khổ chúng sinh, nhưng ta lại không đến được đài sen vàng nơi Cực Lạc; Diêm chúa thật vô tình chẳng thương xót ai, nhưng ta lại tự chuốc lấy hình phạt nơi ấy. Đó là điều đáng tiếc thứ nhất.

2. Hoa đồng cỏ nội sớm nở tối tàn lại trăm cách tìm cầu, nhưng không cầu sinh về nơi có rừng cây báu vĩnh viễn không tàn úa. Đó là điều đáng tiếc thứ hai.

3. Hiện tại đang phải chịu nỗi khổ đói rét, nhưng không cầu sinh về nơi có y phục, thức ăn tự nhiên hóa hiện. Đó là điều đáng tiếc thứ ba.

4. Người đời từ xưa đến nay vốn đều không tránh khỏi cái chết, nhưng lại chưa từng thấu hiểu được sau khi chết sẽ đi về đâu. Đó là điều đáng tiếc thứ tư.

5. Hiên nhà quán chợ tồi tàn mà trọn đời cứ vất vả kinh doanh mưu lợi, nhưng lại không cầu sinh về nơi có cung điện nguy nga bằng bảy báu. Đó là điều đáng tiếc thứ năm.

6. Bệnh tật nhỏ nhặt đã lo lắng cầu thầy chữa trị, nhưng lại không cầu sinh về nơi vĩnh viễn không tật bệnh. Đó là điều đáng tiếc thứ sáu.

7. Băng rừng vượt suối, lên núi xuống ngàn, đều là vì mong cầu tìm thầy học đạo, nhưng Phật A-di-đà hiện tại đang thuyết pháp lại không cầu được gần gũi để chiêm bái nương theo. Đó là điều đáng tiếc thứ bảy.

Từ điều thứ nhất đến điều thứ sáu đều là do không rõ biết.

Các điều thứ nhất, thứ hai, thứ tư, thứ sáu và thứ bảy là do không có lòng tin.[1]

---

[1] Từ phần Mười điều thù thắng ở cõi Tây phương cho đến hết phần Bảy điều đáng tiếc này, trong nguyên tác trình bày bằng các biểu đồ, chúng tôi chỉ căn cứ nội dung để thể hiện lại mà thôi.

LỜI DẪN VỀ VIỆC KHẮC BẢN IN LẠI SÁCH TÂY QUY TRỰC CHỈ

Những trước tác của tiên sinh Chu An Sĩ còn lưu truyền ở đời, kể ra có 4 bộ sách. Thứ nhất là Âm chất văn quảng nghĩa (khuyên người tin sâu nhân quả), thứ hai là Vạn thiện tiên tư tập (khuyên người bỏ sự giết hại), thứ ba là Dục hải hồi cuồng (khuyên người bỏ sự tham dục) và thứ tư là Tây quy trực chỉ (khuyên người niệm Phật cầu sinh Tịnh độ). Những ai may mắn được xem qua các sách này, thảy đều mừng vui tin nhận làm theo, vì thế mà khắp nơi đều khắc bản in ra, lưu hành rất rộng.

Riêng bộ sách Tây quy trực chỉ, trước đây vốn đã qua sự san định sửa đổi của Giang Thiết Quân ở Ngô Môn,[1] không còn giống như khi Chu tiên sinh viết ra. Họ Giang cho rằng nội dung quyển Cương yếu[2] chẳng qua chỉ là trích lấy phần toát yếu trong bản soạn tập Đại Di-đà kinh của Vương Long Thư[3] đưa vào cùng 48 lời nguyện [của đức Phật A-di-đà] mà thôi, nay [ông ấy] đã mang bản kinh Vô Lượng Thọ dịch vào đời Ngụy[4] hợp với 2 bản luận của Lâm cư sĩ mà khắc bản lưu hành, nên phần Cương yếu không cần phải khắc in nữa. Đó là không biết rằng trọn bản sách Tây quy trực chỉ này của Chu tiên sinh, đều là trích soạn từ trước tác của nhiều người [chứ không riêng gì phần Cương yếu], nếu cho rằng vì các bản khác đã có rồi nên không cần in lại, thì trọn sách này không khỏi phải dần dần bị cắt bỏ cho đến hết mất.

Nay tôi đến chỗ Chu Quân Bảo ở Ngu Sơn, được cư sĩ Thắng Liên tặng cho một bản khắc nguyên bản [sách Tây quy trực chỉ],

---

[1] Ngô Môn ngày nay thuộc huyện Cam Cốc, tỉnh Cam Túc.

[2] Tức là quyển thứ nhất của Tây quy trực chỉ.

[3] Ở đây muốn nói đến các phần kinh văn được trích dẫn trong sách Long Thư Tịnh độ văn của cư sĩ Vương Nhật Hưu tức Vương Long Thư.

[4] Tức bản Hán dịch của Khang Tăng Khải, gồm 2 quyển, được đưa vào Đại Chánh tạng thuộc Tập 12, kinh số 360.

vừa nhìn thấy thật hết sức vui mừng không kể xiết, tin chắc rằng đó là do nguyện lực của Chu tiên sinh gia trì, đặc biệt còn lưu giữ được bản này để mang lại lợi lạc cho người đời sau. Tôi liền gấp rút giao cho thợ khắc bản in, để khôi phục sách này trở lại như nguyên tác ban đầu.

Chu tiên sinh từng có lời nguyện rằng: "Nguyện đem hạt giống sen vàng chín phẩm cõi Tây phương, gieo trồng trong khắp cõi Ta-bà." Đó chính là mong muốn cho sách này được lưu hành rộng khắp, truyền mãi về sau.

Tháng giêng, niên hiệu Quang Tự năm thứ 12[1]
Nhân Sơn - Dương Văn Hội
Kính ghi

---

[1] Tức là năm 1886.

QUYỂN MỘT
CƯƠNG YẾU CỦA PHÁP MÔN TỊNH ĐỘ

Lời dẫn

Đức Thế Tôn vì một đại sự nhân duyên mà xuất hiện ở đời. Ngài thương xót hết thảy chúng sinh trôi lăn trong sáu đường luân hồi, sống chết nối nhau, chịu đựng khổ não không cùng tận. Cho nên, trong hết thảy các cõi Phật mười phương, ngài đã chỉ ra thế giới Cực Lạc ở phương Tây để giúp chúng sinh biết chỗ hướng về. Ngài lại truyền dạy một pháp môn hết sức đơn giản thuận tiện, chỉ cần niệm tưởng đến đức Phật A-di-đà liền được vãng sinh. Đây quả thật là con thuyền từ lớn lao giữa biển khổ sinh tử.

Tôi nhờ phước báu sâu dày từ đời trước, may mắn được gặp pháp môn này, không dám quên ơn đức sâu nặng của đức Đại từ Như Lai, nên mang những yếu chỉ trong hai bản kinh A-di-đà, gồm đại bản[1] và tiểu bản,[2] trích yếu khái quát lại đưa vào một bản văn, giúp người đọc xem qua một lần có thể dễ dàng nắm hiểu rõ ràng, đặt tên là Cương yếu của pháp môn Tịnh độ.

---

[1] Tức Phật thuyết Đại A-di-đà kinh (佛說大阿彌陀經) do Vương Nhật Hưu hiệu tập vào đời Tống, được đưa vào Đại Chánh tạng thuộc Tập 12, kinh số 364, bắt đầu từ trang 326, tờ c. Từ đây về sau chúng tôi sẽ gọi tên kinh này là Đại A-di-đà.

[2] Tức Phật thuyết A-di-đà kinh (佛說阿彌陀經), do ngài Cưu-ma-la-thập dịch sang Hán văn, được đưa vào Đại Chánh tạng thuộc Tập 12, kinh số 366, bắt đầu từ trang 346, tờ b. Từ đây về sau chúng tôi sẽ gọi tên kinh này là A-di-đà.

Ngài A-nan thưa thỉnh

Kinh Đại A-di-đà chép rằng: Một hôm, dung nhan của đức Thế Tôn bỗng dưng có sự biến chuyển [trang nghiêm] khác thường, ngài A-nan liền thưa thỉnh nguyên do.

Đức Phật dạy: Sự thưa hỏi của ông hôm nay lợi lạc còn hơn cả việc cúng dường tất cả các vị Thanh văn, Duyên giác cùng bố thí cho hết thảy chư thiên, nhân dân, cho đến tất cả các loài hữu tình trong bốn cõi thiên hạ. Lại cho dù trải qua nhiều kiếp tiếp tục cúng dường bố thí như vậy, nhiều hơn gấp trăm ngàn lần, cũng không thể lợi lạc bằng sự thưa hỏi này. Vì sao vậy? Vì hết thảy chư thiên cho đến các bậc đế vương, nhân dân trong cõi người, tất cả đều nhờ câu hỏi của ông hôm nay mà được [truyền dạy] pháp môn giải thoát."[1]

Lời bàn

Xét theo đây thì có thể thấy rằng, pháp môn Tịnh độ không chỉ là thuyền từ cứu vớt nhân loại, mà cũng là ngọn đuốc soi đường giải thoát cho chư thiên, phải thận trọng chớ nên khinh thường.

Hai lần nêu rõ cõi Cực Lạc

Kinh A-di-đà chép rằng: "Về phương Tây, cách đây mười vạn ức cõi Phật, có một thế giới tên là Cực Lạc. Ở cõi ấy có đức Phật hiệu A-di-đà hiện nay đang thuyết pháp. Xá-lợi-phất! Tại sao cõi ấy gọi là Cực Lạc? Vì nơi ấy chúng sinh không có những sự khổ não, chỉ hưởng các điều vui sướng, nên gọi là Cực Lạc."[2]

---

[1] Đoạn này so sánh câu chữ thì nhận ra không được trích từ kinh Phật thuyết Đại A-di-đà, mà được trích lại từ sách Long Thư tăng quảng Tịnh độ văn (龍舒增廣淨土文) do Vương Nhật Hưu soạn vào đời Tống, được đưa vào Đại Chánh tạng thuộc Tập 47, kinh số 1970, trang 257, tờ c, bắt đầu từ dòng thứ nhất.

[2] Đoạn kinh văn trích dẫn này nằm trong kinh Phật thuyết A-di-đà, Đại Chánh tạng, Tập 12, kinh số 366, trang 346, tờ c, bắt đầu từ dòng thứ 10.

Nhân duyên quá khứ

Kinh Đại A-di-đà chép rằng: "Cách đây vô lượng kiếp, có đức Phật hiệu là Thế Tự Tại Vương ra đời hóa độ chúng sinh. Lúc bấy giờ có vị đại quốc vương đến nghe thuyết pháp, được tức thời giác ngộ, liền từ bỏ ngôi vua xuất gia tu tập, thành một vị tỳ-kheo hiệu là Pháp Tạng, nay chính là đức Phật A-di-đà.

"Khi ấy, tỳ-kheo Pháp Tạng đối trước đức Phật Thế Tự Tại Vương mà phát 48 lời đại nguyện, vì muốn cứu độ chúng sinh nên ngài hết sức tinh tấn tu hành, đạt đến địa vị Bồ Tát.

"Bồ Tát ấy bên trong tu tập trí tuệ, bên ngoài tu tạo phúc đức, đối với hết thảy mọi việc trong thế gian, không một việc gì ngài không thấy biết. Sau đó lại thác sinh vào cảnh giới của tất cả chúng sinh, hóa hiện hình thể giống như họ, thông hiểu ngôn ngữ của họ, để nhân đó giáo hóa cho tất cả. Vì thế, trên từ thiên đế, dưới đến các loài côn trùng, không một chúng sinh nào ngài không mong muốn cứu độ cho được siêu sinh về thế giới Cực Lạc."[1]

Tròn nguyện xưa, thành quả Phật

Kinh Đại A-di-đà chép rằng: "Đức Phật A-di-đà trải qua nhiều đại a-tăng-kỳ kiếp thực hành hạnh Bồ Tát, không nề mọi sự gian khổ, từ trong tay ngài thường hóa hiện ra đủ các loại y phục, thức ăn, âm nhạc, cho đến những thứ thiết yếu nhất để bố thí, ban cho tất cả chúng sinh, khiến cho hết thảy đều được vui mừng, hoan hỷ. Ngài phát tâm Bồ-đề đã trải qua vô số trăm ngàn vạn ức kiếp mới được thành tựu 48 lời đại nguyện đã phát khởi trước đây rồi chứng đắc quả vị Phật. Cho nên, vô số chúng sinh trong mười phương, chỉ cần một niệm quy y liền được vãng sinh về cõi nước của ngài."[2]

---

[1] Phần kinh văn trích dẫn này nằm trong kinh Phật thuyết Đại A-di-đà, Đại Chánh tạng, Tập 12, kinh số 366, trang 346, tờ c, bắt đầu từ dòng thứ 10.

[2] Tương tự như đoạn trích trên, đoạn này cũng được trích từ sách Long Thư tăng quảng Tịnh độ văn (龍舒增廣淨土文), trang 258, tờ a, bắt đầu từ dòng thứ 20.

Bốn mươi tám đại nguyện

Đại nguyện thứ nhất:

Sau khi ta thành Phật, nguyện trong cõi nước của ta tránh khỏi ba đường ác: địa ngục, ngạ quỷ, súc sanh, cho đến không có cả các loài trùng bọ biết bò, biết bay, biết động đậy...[1]

Đại nguyện thứ nhì:

Sau khi ta thành Phật, nguyện trong cõi nước của ta không có nữ giới. Tất cả chư thiên, loài người cho đến các loài trùng bọ biết bò, biết bay, biết động đậy... trong vô số thế giới khác, nếu được sinh về cõi nước của ta đều sẽ hóa sinh từ hoa sen quý trong hồ nước bằng bảy báu.

Đại nguyện thứ ba:

Sau khi ta thành Phật, nguyện chúng sinh trong cõi nước của ta khi muốn ăn liền có trăm vị ngon lạ tự nhiên hiện ra trong bát quý bằng bảy báu. Sau khi ăn xong thì bát ấy tự nhiên biến mất.

Đại nguyện thứ tư:

Sau khi ta thành Phật, chúng sinh trong cõi nước của ta khi cần đến y phục thì vừa nghĩ đến liền có ngay đúng như ý muốn, không bao giờ phải cần đến những việc cắt, may, nhuộm, sửa...

Đại nguyện thứ năm:

Sau khi ta thành Phật, nguyện trong cõi nước của ta từ mặt đất lên tận hư không đều có những cung điện lầu gác xinh đẹp,

---

[1] Tất cả các lời nguyện ở đây đều trích theo kinh Phật thuyết Đại A-di-đà nhưng bỏ đi phần cuối của mỗi câu là: 不得是願終不作佛。(bất đắc như nguyện chung bất tác Phật. - nếu không được như lời nguyện, ta sẽ không thành Phật.) Ngoài ra, 4 chữ ở đầu mỗi lời nguyện là 我作佛時 (ngã tác Phật thời - khi ta thành Phật) cũng thỉnh thoảng bị lược bỏ đi. Xét thấy 4 chữ này có ý nghĩa cần thiết nên khi dịch chúng tôi đã bổ sung đầy đủ, riêng phần cuối chúng tôi vẫn lược đi theo ý soạn giả vì không làm thay đổi ý nghĩa các lời nguyện. Xem nguyên bản Hán văn trong Đại Chánh tạng thuộc Tập 12, kinh số 364, trang 328, tờ c, bắt đầu từ dòng thứ 11.

có đủ các hương thơm vi diệu hợp thành. Hương thơm ấy xông khắp các thế giới trong mười phương. Những chúng sinh nào ngửi được mùi hương ấy đều phát tâm tu theo hạnh Phật.

Đại nguyện thứ sáu:

Sau khi ta thành Phật, nguyện cho chúng sinh trong cõi nước của ta đều thương yêu kính trọng lẫn nhau, không có lòng ganh ghét oán giận.

Đại nguyện thứ bảy:

Sau khi ta thành Phật, nguyện cho chúng sinh trong cõi nước của ta đều không có các tâm tham lam, sân hận và si mê.

Đại nguyện thứ tám:

Sau khi ta thành Phật, nguyện cho chúng sinh trong cõi nước của ta đều cùng một tâm lành, không nghi ngờ lẫn nhau. Có điều gì vừa muốn nói ra thì tự nhiên đều hiểu được ý nhau.

Đại nguyện thứ chín:

Sau khi ta thành Phật, nguyện cho chúng sinh trong cõi nước của ta đều không nghe biết đến những danh từ chỉ sự bất thiện, huống chi là thật có những điều ấy.

Đại nguyện thứ mười:

Sau khi ta thành Phật, nguyện cho chúng sinh trong cõi nước của ta đều biết rõ thân thể là hư huyễn, không có tâm tham đắm.

Đại nguyện thứ mười một:

Sau khi ta thành Phật, nguyện cho chúng sinh trong cõi nước của ta tuy có phân ra loài người và chư thiên khác nhau, nhưng đều có hình thể toàn một màu vàng ròng, vẻ mặt đoan chánh đẹp đẽ.

Đại nguyện thứ mười hai:

Sau khi ta thành Phật, ví như chư thiên và loài người trong khắp vô lượng thế giới mười phương thảy đều chứng quả Thanh văn, Duyên giác, cũng không có khả năng biết được tuổi thọ của ta được bao nhiêu vạn ức kiếp.

Đại nguyện thứ mười ba:

Sau khi ta thành Phật, ví như chư thiên và loài người trong cả ngàn ức thế giới mười phương thảy đều chứng quả Thanh văn, Duyên giác, đều một lòng cùng nhau tính đếm số lượng chư thiên, loài người trong cõi nước của ta, cũng không thể biết được số lượng ấy.

Đại nguyện thứ mười bốn:

Sau khi ta thành Phật, nguyện cho chúng sinh trong cõi nước của ta đều có thọ mạng dài lâu vô số kiếp, không ai có thể tính đếm được.

Đại nguyện thứ mười lăm:

Sau khi ta thành Phật, nguyện cho chúng sinh trong cõi nước của ta thảy đều được thọ hưởng những sự khoái lạc không khác gì các bậc tỳ-kheo đã dứt sạch lậu hoặc.

Đại nguyện thứ mười sáu:

Sau khi ta thành Phật, nguyện cho chúng sinh trong cõi nước của ta đều trụ nơi địa vị chánh tín, lìa xa mọi tư tưởng điên đảo, phân biệt, các căn đều tịch tĩnh, dừng lắng cho đến lúc đạt được Niết-bàn.

Đại nguyện thứ mười bảy:

Sau khi ta thành Phật, sự thuyết giảng kinh điển và tu hành đạo pháp đều nhiều hơn gấp mười lần so với chư Phật.

Đại nguyện thứ mười tám:

Sau khi ta thành Phật, nguyện cho tất cả chúng sinh trong cõi nước của ta đều rõ biết hết thảy những kiếp quá khứ, biết được mọi sự việc đã xảy ra trong trăm ngàn muôn ức na-do-tha[1] kiếp.

Đại nguyện thứ mười chín:

Sau khi ta thành Phật, nguyện cho tất cả chúng sinh trong cõi nước của ta đều được thiên nhãn, nhìn thấy khắp trăm ngàn ức na-do-tha thế giới.

Đại nguyện thứ hai mươi:

Sau khi ta thành Phật, nguyện cho tất cả chúng sinh trong cõi nước của ta đều được thiên nhĩ, nghe tiếng thuyết pháp của trăm ngàn ức na-do-tha chư Phật. Nghe rồi liền có thể tin nhận vâng làm theo.

Đại nguyện thứ hai mươi mốt:

Sau khi ta thành Phật, nguyện cho tất cả chúng sinh trong cõi nước của ta đều được tha tâm trí, rõ biết được tâm niệm của hết thảy chúng sinh trong trăm ngàn ức na-do-tha thế giới.

Đại nguyện thứ hai mươi hai:

Sau khi ta thành Phật, nguyện cho tất cả chúng sinh trong cõi nước của ta đều được phép thần túc, chỉ trong khoảng thời gian của một niệm có thể vượt qua được trăm ngàn ức na-do-tha thế giới.

Đại nguyện thứ hai mươi ba:

Sau khi ta thành Phật, danh hiệu của ta vang truyền khắp vô số thế giới trong mười phương. Hết thảy chư Phật đều xưng tán công đức của ta cùng ca ngợi thế giới thù thắng của ta. Hết thảy

---

[1] Na-do-tha (那由他): Phiên âm từ Phạn ngữ, được dùng để chỉ một con số tượng trưng rất lớn.

chư thiên, loài người, cho đến các loài trùng bọ biết bò, biết bay, biết động đậy... khi nghe được danh hiệu của ta, chỉ cần phát khởi tâm lành mừng vui hoan hỷ, ta sẽ khiến cho đều được sinh về thế giới của ta.

Đại nguyện thứ hai mươi bốn:

Sau khi ta thành Phật, hào quang trên đỉnh đầu của ta chiếu sáng rực rỡ nhiệm mầu, hơn cả ánh sáng của mặt trời mặt trăng đến trăm ngàn vạn lần.

Đại nguyện thứ hai mươi lăm:

Sau khi ta thành Phật, hào quang của ta chiếu sáng đến vô số cõi thế giới. Hết thảy chư thiên và loài người, cho đến các loài trùng bọ biết bò, biết bay, biết động đậy... khi được thấy hào quang của ta rồi thảy đều sinh khởi lòng từ, làm việc thiện, rồi tất cả đều được sinh về thế giới của ta.

Đại nguyện thứ hai mươi sáu:

Sau khi ta thành Phật, chư thiên và loài người trong vô số cõi thế giới, cho đến các loài trùng bọ biết bò, biết bay, biết động đậy... khi được hào quang của ta chiếu vào thân thể liền được thân tâm từ hòa hơn cả chư thiên.[1]

Đại nguyện thứ hai mươi bảy:

Sau khi ta thành Phật, chư thiên và loài người trong vô số cõi thế giới, nếu có ai phát tâm Bồ-đề, vâng giữ trai giới, thực hành sáu pháp ba-la-mật, tu các công đức, hết lòng phát nguyện được sinh về thế giới của ta, thì khi người ấy lâm chung ta sẽ cùng với đại chúng hiện đến trước mặt, tiếp dẫn người ấy sinh về thế giới của ta, làm bậc Bồ Tát trụ ở địa vị không còn thối chuyển.

---

[1] Nội dung lời nguyện này và một số lời nguyện theo sau trong nguyên tác lược đi ít nhiều, chúng tôi đều đã bổ sung ý nghĩa theo kinh văn.

Đại nguyện thứ hai mươi tám:

Sau khi ta thành Phật, chư thiên và loài người trong vô số cõi thế giới, nếu có ai được nghe danh hiệu của ta liền thắp hương, dâng hoa, dùng các thứ đèn đuốc, cờ phướn trang nghiêm, cúng dường trai tăng, xây dựng chùa tháp, giữ gìn trai giới thanh tịnh, làm các việc thiện, một lòng nhớ nghĩ đến ta, cho dù chỉ trong một ngày một đêm không gián đoạn, cũng chắc chắn sẽ được sinh về cõi thế giới của ta.

Đại nguyện thứ hai mươi chín:

Sau khi ta thành Phật, chư thiên và loài người trong vô số cõi thế giới, nếu có ai hết lòng tin tưởng muốn được sinh về cõi thế giới của ta, chỉ cần niệm rõ lên danh hiệu của ta mười tiếng, hết thảy liền được sinh về cõi thế giới của ta, chỉ trừ ra những kẻ phạm vào năm tội nghịch hoặc phỉ báng Chánh pháp.

Đại nguyện thứ ba mươi:

Sau khi ta thành Phật, chư thiên và loài người trong vô số cõi thế giới, cho đến các loài trùng bọ biết bò, biết bay, biết động đậy... nếu như trong những kiếp trước đã từng làm các việc ác, nay được nghe danh hiệu của ta liền hết lòng sám hối, quay sang làm thiện, vâng giữ giới luật, thọ trì kinh điển, phát nguyện được sinh về thế giới của ta, thì khi lâm chung liền không bị đọa vào trong ba đường ác, thẳng tắt một đường sinh về thế giới của ta, mọi chỗ mong cầu đều được như ý.

Đại nguyện thứ ba mươi mốt:

Sau khi ta thành Phật, chư thiên và loài người trong vô số cõi thế giới, nếu ai được nghe danh hiệu của ta liền cúi đầu sát đất lễ lạy cung kính, mừng vui tin tưởng phát tâm ưa muốn tu theo hạnh Bồ Tát, liền được hết thảy chư thiên và người đời kính trọng.

Đại nguyện thứ ba mươi hai:

Sau khi ta thành Phật, hết thảy nữ nhân trong vô số cõi thế giới, nếu được nghe danh hiệu của ta liền mừng vui tin tưởng, phát tâm Bồ-đề, sinh lòng chán ghét thân nữ. Sau khi lâm chung liền không còn phải thọ sinh làm thân nữ.

Đại nguyện thứ ba mươi ba:

Sau khi ta thành Phật, những chúng sinh nào sinh về cõi thế giới của ta đều là hàng Bồ Tát Nhất sinh bổ xứ, trừ ra những vị có phát nguyện sinh về những thế giới khác để giáo hóa chúng sinh, tu hạnh Bồ Tát, cúng dường chư Phật, liền được tùy ý sinh về phương ấy. Ta sẽ dùng sức oai thần khiến cho vị ấy giáo hóa được hết thảy chúng sinh đều phát khởi lòng tin, tu hạnh Bồ-đề, hạnh Phổ Hiền, hạnh tịch diệt, Phạm hạnh thanh tịnh, hạnh cao trỗi nhất, cùng với hết thảy các hạnh lành.

Đại nguyện thứ ba mươi bốn:

Sau khi ta thành Phật, những chúng sinh nào ở thế giới của ta muốn sinh về thế giới khác liền được như ý nguyện nhưng không còn phải đọa vào trong ba đường ác.

Đại nguyện thứ ba mươi lăm:

Sau khi ta thành Phật, các vị Bồ Tát trong thế giới của ta dùng đủ loại hương hoa, cờ phướn, trân châu, chuỗi ngọc, cùng với đủ mọi thứ phẩm vật cúng dường, muốn hiện đến vô số cõi thế giới để cúng dường chư Phật, liền chỉ trong khoảng thời gian của một bữa ăn có thể hiện đến khắp mọi nơi.

Đại nguyện thứ ba mươi sáu:

Sau khi ta thành Phật, các vị Bồ Tát trong thế giới của ta nếu muốn dùng đủ mọi thứ phẩm vật để cúng dường vô số chư Phật trong mười phương, liền tức thời hiện đến trước các vị Phật ấy với đầy đủ mọi thứ phẩm vật. Cúng dường rồi, ngay trong ngày ấy chưa đến giờ thọ trai đã kịp trở về.

Đại nguyện thứ ba mươi bảy:

Sau khi ta thành Phật, các vị Bồ Tát trong thế giới của ta thọ trì kinh pháp, tụng đọc, giảng thuyết, liền có đủ biện tài trí tuệ.

Đại nguyện thứ ba mươi tám:

Sau khi ta thành Phật, các vị Bồ Tát trong thế giới của ta có thể giảng thuyết hết thảy các pháp, được biện tài trí tuệ không hạn lượng.

Đại nguyện thứ ba mươi chín:

Sau khi ta thành Phật, các vị Bồ Tát trong thế giới của ta đều được sức mạnh như lực sĩ Kim cang Na-la-diên ở cõi trời, thân thể đều toàn một màu sáng đẹp như vàng tử ma,[1] có đủ ba mươi hai tướng tốt, tám mươi vẻ đẹp, giảng kinh hành đạo không khác gì chư Phật.

Đại nguyện thứ bốn mươi:

Sau khi ta thành Phật, cõi thế giới của ta thanh tịnh soi chiếu khắp vô lượng thế giới trong mười phương. Các vị Bồ Tát nếu muốn nhìn vào trong cây quý để thấy được hết thảy những cõi Phật trang nghiêm thanh tịnh trong khắp mười phương, liền tức thời nhìn thấy hiện ra đầy đủ như trong tấm gương sáng ở ngay trước mặt.

Đại nguyện thứ bốn mươi mốt:

Sau khi ta thành Phật, những vị Bồ Tát trong cõi thế giới của ta, dù có ít công đức cũng có thể thấy biết được cây bồ-đề nơi đạo tràng của ta cao đến bốn ngàn do-tuần.

Đại nguyện thứ bốn mươi hai:

Sau khi ta thành Phật, hết thảy chư thiên và loài người cùng với vạn vật trong cõi thế giới của ta đều trang nghiêm thanh tịnh, sáng suốt đẹp đẽ, hình dáng và màu sắc đều đặc biệt kỳ diệu,

---

[1] Vàng tử ma (tử ma kim): Loại vàng quý nhất có màu vàng pha sắc đỏ tía.

nhiệm mầu tinh tế đến mức không ai có thể nói hết được. Chúng sinh dù có đạt được thiên nhãn cũng không thể phân biệt gọi tên hay tính đếm được hết mọi thứ trong thế giới của ta.

Đại nguyện thứ bốn mươi ba:

Sau khi ta thành Phật, hết thảy chúng sinh trong cõi thế giới của ta, tùy theo chí nguyện, nếu muốn nghe pháp liền tức thời được nghe.

Đại nguyện thứ bốn mươi bốn:

Sau khi ta thành Phật, hết thảy hàng Bồ Tát hay Thanh văn trong cõi thế giới của ta đều có đủ trí tuệ, thần lực, trên đỉnh đầu cũng có hào quang chiếu sáng, tiếng nói phát ra vang rền, lưu loát, giảng kinh hành đạo đều không khác với chư Phật.

Đại nguyện thứ bốn mươi lăm:

Sau khi ta thành Phật, các vị Bồ Tát ở những phương khác được nghe danh hiệu của ta đều quy y tinh tấn, đều được phép Tam-muội thanh tịnh giải thoát. Các vị trụ yên nơi phép tam-muội này thì chỉ trong thời gian một ý niệm khởi lên đã có thể cúng dường vô số chư Phật mà vẫn không rời khỏi thiền định.

Đại nguyện thứ bốn mươi sáu:

Sau khi ta thành Phật, các vị Bồ Tát ở những phương khác được nghe danh hiệu của ta đều quy y tinh tấn, đều được phép Tam-muội Phổ đẳng, từ đó cho đến khi thành Phật luôn thường được nhìn thấy vô số chư Phật.

Đại nguyện thứ bốn mươi bảy:

Sau khi ta thành Phật, các vị Bồ Tát ở những phương khác được nghe danh hiệu của ta đều quy y tinh tấn, liền được ngay địa vị không còn thối chuyển.

Đại nguyện thứ bốn mươi tám:

Sau khi ta thành Phật, các vị Bồ Tát ở những phương khác được nghe danh hiệu của ta đều quy y tinh tấn, liền được ngay các bậc nhẫn nhục từ thứ nhất, thứ hai cho đến thứ ba, đều được phép Tam-muội thanh tịnh giải thoát. Các vị trụ yên nơi phép tam-muội này thì chỉ trong thời gian một ý niệm khởi lên đã có thể cúng dường vô số chư Phật mà vẫn không rời khỏi thiền định.

Đức Phật Thích-ca dạy rằng: "Khi tỳ-kheo Pháp Tạng đối trước đức Phật Thế Tự Tại Vương phát khởi những lời đại nguyện ấy thì cõi đất chấn động, chư thiên rải hoa báu xuống như mưa để xưng tán. Giữa không trung có tiếng ngợi khen xưng tán, rằng tỳ-kheo này quyết định sẽ thành Phật."

Giải thích danh hiệu

Kinh A-di-đà chép rằng: "Đức Phật ấy vì sao có danh hiệu là A-di-đà? Này Xá-lợi-phất, đức Phật ấy có hào quang vô lượng, chiếu sáng khắp các cõi nước trong mười phương, không gì có thể ngăn ngại được, nên có danh hiệu là A-di-đà."

Lại cũng chép rằng: "Thọ mạng của đức Phật ấy cùng với nhân dân trong cõi nước là vô lượng vô biên a-tăng-kỳ kiếp, nên có danh hiệu là A-di-đà."

Cung điện, hồ báu

Kinh Đại A-di-đà chép rằng: "Ở cõi nước của Phật A-di-đà, tất cả giảng đường, tinh xá đều tự nhiên hình thành bằng bảy món báu. Lại có bảy món báu làm thành lầu đài, lan can... thù thắng hơn gấp trăm ngàn lần so với cung điện của Thiên đế ở cõi trời Tha hóa tự tại nơi thế giới Ta-bà này.[1] Ngoài ra, những

---

[1] Nguyên tác dùng đệ lục thiên (第六天) tức tầng trời thứ sáu để chỉ cõi trời Tha hóa tự tại, là cõi trời cao nhất trong Dục giới.

cung điện của các vị Bồ Tát, Thanh văn ở thế giới Cực Lạc cũng đều như thế.

"Chư thiên và con người ở đó mỗi khi cần đến y phục, thức ăn uống, âm nhạc mầu nhiệm... đều được tùy ý hóa hiện ra. Đối với cung điện để cư trú, các vị chỉ cần tùy ý nói ra màu sắc, mức độ cao thấp, lớn nhỏ, muốn làm bằng một món báu, hai món báu cho đến vô số các món báu, liền sẽ lập tức hóa hiện đúng như ý muốn.

"Tuy nhiên, có những vị được tùy ý hóa hiện cung điện lớn nhỏ như thế, lơ lửng giữa hư không, lại cũng có những vị không thể tùy ý hóa hiện, và chỉ có cung điện ở trên mặt đất bằng các món báu. Đó là do trong đời trước khi các vị cầu đạo, tu tập phước đức có khác biệt nhau. Chỉ riêng các thứ y phục, thức ăn uống thì tất cả đều bình đẳng như nhau.

"Bên trong và bên ngoài các cung điện cũng tự nhiên hóa hiện các dòng suối, ao hồ, hoặc làm bằng một, hai món báu, lớp cát bên dưới đáy cũng bằng một, hai món báu, chẳng hạn như hồ bằng vàng ròng thì cát ở đáy hồ bằng bạc trắng, hồ bằng thủy tinh thì cát ở đáy hồ bằng lưu ly... Nếu ao hồ được làm bằng ba, bốn cho đến bảy món báu thì cát ở đáy hồ cũng hóa hiện tương tự như vậy. Bên trong các ao hồ ấy đều chứa loại nước có đủ tám công đức,[1] trong sạch thơm tho, mùi vị như nước cam lộ.

"Giữa những nơi ấy lại có trăm loài hoa lạ, mỗi cành đều có hàng ngàn chiếc lá, tỏa ra màu sắc, ánh sáng đã khác lạ mà hương thơm cũng khác lạ, ngào ngạt tỏa lan, không thể mô tả hết bằng lời."

---

[1] Nước có đủ tám công đức, tức là có tám tính chất như sau: 1. Trừng tịnh: lắng gạn trong sạch; 2. Thanh lãnh: trong trẻo mát lạnh; 3. Cam mỹ: mùi vị ngon ngọt; 4. Khinh nhuyễn: nhẹ nhàng mềm mại; 5. Nhuận trạch: thấm nhuần tươi mát; 6. An hòa: yên ổn hòa nhã; 7. Trừ được đói khát và vô số khổ não; 8. Trưởng dưỡng thân tứ đại, tăng trưởng các thiện căn.

Nhạc trời, mưa hoa

Kinh A-di-đà chép rằng: "Ở cõi Phật ấy thường có nhạc trời, mặt đất toàn bằng vàng ròng. Suốt ngày đêm đều có mưa hoa mạn-đà-la từ trời rơi xuống. Chúng sinh ở cõi ấy thường vào mỗi buổi sáng sớm dùng vạt áo trước nâng lên hứng lấy hoa trời xinh đẹp, rồi mang đi cúng dường mười vạn đức Phật ở các phương khác. Khi đến giờ ăn thì quay về dùng cơm rồi đi kinh hành."

Cây báu ven hồ

Kinh Đại A-di-đà chép rằng: "Ven bờ các ao hồ báu đều có vô số cây thơm chiên-đàn, hoa quả tốt lành, hương thơm lan tỏa. Lại có hoa sen đủ các màu che kín mặt nước. Lại có cây bằng bảy món báu mọc thành hàng lối. Những cây thuần một món báu thì từ thân cây cho đến cành lá hoa quả đều thuần một món báu. Những cây bằng hai món báu thì tất cả đều bằng hai món báu. Cứ như vậy mọc thành hàng lối ngay ngắn, cành nhánh chuẩn mực, trổ hoa hài hòa, kết quả đều đặn, cho đến bao bọc khắp cả thế giới ấy, không thể dùng mắt nhìn thấu hết."

Cây báu, lưới báu phát âm vi diệu

Kinh A-di-đà chép rằng: "Ở thế giới Cực Lạc, khi gió lay động các hàng cây báu cùng những tấm lưới báu, liền phát ra âm thanh vi diệu, giống như trăm ngàn tiếng nhạc đồng thời vang lên. Bất kỳ ai được nghe âm thanh hòa hợp ấy đều tự nhiên sinh tâm nhớ nghĩ đến Phật, Pháp và Tăng-già."

Nước tắm, hương hoa đều mầu nhiệm

Kinh Đại A-di-đà chép rằng: "Người được sinh về thế giới Cực Lạc, mỗi khi bước xuống ao hồ để tắm rửa, nếu muốn nước ngập chân thì được vừa ngập chân, nếu muốn nước lên đến đầu gối, đến lưng hoặc đến cổ, đều lập tức được như ý muốn. Nếu muốn nước ấm hơn hoặc lạnh hơn cũng đều được như ý.

"Sau khi tắm xong, mỗi người đều lên ngồi giữa tòa hoa sen, tự nhiên có gió lành vi diệu nhẹ thổi qua, lay động các hàng cây báu, vang lên tiếng âm nhạc. Gió lay các đóa hoa sen báu tỏa lên hương thơm khác lạ vây quanh các vị Bồ Tát, Thanh văn đang ngồi bên trên.

"Nhìn mút tầm mắt, mọi thứ đều sáng đẹp lộng lẫy. Hương hoa thơm lan tỏa không gì sánh bằng. Đến lúc hoa nào chớm tàn thì lập tức có gió xoáy cuốn đi ngay.

"Trong đại chúng có người muốn nghe thuyết pháp, có người muốn nghe âm nhạc, có người muốn ngửi hương hoa, cho đến có người không muốn nghe gì cả, tất cả đều được như ý muốn mà không hề gây trở ngại cho nhau."

Chim hót pháp âm

Kinh A-di-đà chép rằng: "Ở thế giới Cực Lạc có đủ các loài chim kỳ diệu đủ màu sắc như bạch hạc, khổng tước, anh vũ, xá-lợi, ca-lăng-tần-già, cộng mạng... Các loài chim này, suốt ngày thường xuyên phát ra âm thanh hòa nhã. Những âm thanh ấy diễn đạt đầy đủ các pháp như năm căn lành,[1] năm sức,[2] cùng với bảy phần

---

[1] Năm căn lành (ngũ căn): 1. Tín căn (信根 - lòng tin, đức tin sâu vững vào Tam bảo, vào giáo pháp giải thoát do Phật chỉ dạy, chẳng hạn như Tứ thánh đế...), 2. Cần căn (勤根) hay Tinh tấn căn (精進根), cũng gọi là Nguyện căn (tinh tấn, chuyên cần và phát nguyện dũng mãnh trong việc tu tập thiện pháp, hướng đến giải thoát), 3. Niệm căn (念根 - luôn nghĩ nhớ, niệm tưởng đến Chánh pháp), 4. Định căn (定根 - tu tập định lực, nhiếp tâm không tán loạn), 5. Tuệ căn (慧根 - trí tuệ sáng suốt, phân biệt rõ chân lý và những điều hư dối, Chánh pháp và tà pháp). Vì các pháp này là cội nguồn sanh ra tất cả các pháp lành nên gọi chúng là căn (根), nghĩa là cội gốc.

[2] Năm sức (ngũ lực): Năm nguồn sức mạnh giúp người tu tập vượt qua mọi khó khăn, chướng ngại. Năm sức mạnh đó là: 1. Tín lực (sức mạnh của đức tin), 2. Nguyện lực (sức mạnh của tâm nguyện, quyết thực hiện điều đã phát nguyện), 3. Niệm lực (sức mạnh nghĩ nhớ, niệm tưởng đến Chánh pháp, phá được tất cả mọi tà niệm, tạp niệm), 4. Định lực (sức mạnh của sự định tâm, nhiếp tâm); 5. Tuệ lực

Bồ-đề,[1] Tám thánh đạo.[2] Những chúng sinh ở cõi ấy được nghe âm thanh như vậy rồi đều tự mình nhớ nghĩ đến Phật, nhớ nghĩ đến Pháp, nhớ nghĩ đến Tăng-già."

Kinh lại chép rằng: "Các loài chim ấy đều do đức Phật A-di-đà vì muốn cho tiếng thuyết pháp được truyền ra khắp nơi nên mới biến hóa tạo thành."

Cảnh tượng thù thắng

Kinh Đại A-di-đà chép rằng: "Các vị thượng thiện nhân ở thế giới Cực Lạc đều có tuổi thọ vô lượng vô số kiếp, có khả năng nhìn xa nghe khắp, quan sát từ xa, nghe tiếng nói từ xa. Tướng mạo các ngài đều đoan nghiêm tốt đẹp, không ai có các tướng xấu. Thể tánh các ngài đều trí tuệ dũng kiện, không có ai tầm thường, ngu si. Hết thảy những ý niệm của các ngài không bao giờ trái với đạo đức, nên biểu lộ ra những lời bàn luận đều là chính trực, tốt đẹp, người người đều thương yêu kính trọng

---

(sức mạnh của trí tuệ sáng suốt)

[1] Bảy phần Bồ-đề (Thất Bồ-đề phần), cũng gọi là Bảy giác chi (Thất giác chi): Phạn ngữ là bodhipkṣikadharma, là nhóm thứ sáu trong Ba mươi bảy Bồ-đề phần, là những yếu tố tạo thành sự giác ngộ, trí tuệ giải thoát, hay sự hiểu biết chân chánh về những khía cạnh khác nhau trên đường tu tập, bao gồm: 1. Trạch pháp giác chi (dharmapravicaya - sự sáng suốt phân biệt Chánh pháp và tà pháp, chọn lựa đúng giáo pháp chân chánh để hành trì), 2. Tinh tấn giác chi (vyrya - sự sáng suốt biết tinh tấn, chuyên cần tu học Chánh pháp), 3. Hỷ giác chi (prṛti - sự sáng suốt biết vui sướng, hoan hỷ khi được Chánh pháp), 4. Khinh an giác chi (praśabdhi - sự sáng suốt thanh thản nhẹ nhàng, trừ bỏ mọi chướng ngại trên đường tu tập), 5. Niệm giác chi (smṛti - sự sáng suốt thường niệm tưởng Chánh pháp, Tam bảo), 6. Định giác chi (samdhi - sự sáng suốt an trú trong chánh định, không tán loạn tâm ý), 7. Xả giác chi (upekṣ - sự sáng suốt buông bỏ mọi vướng mắc trong tâm thức).

[2] Tám thánh đạo (Bát Thánh đạo hay Bát Chánh đạo): Tám pháp chân chánh mà người tu tập phải noi theo để trừ dứt mọi nguyên nhân của khổ não. Bát Chánh đạo bao gồm: 1. Chánh kiến (thấy biết chân chánh), 2. Chánh tư duy (suy nghĩ chân chánh), 3. Chánh ngữ (lời nói chân chánh), 4. Chánh nghiệp (hành động, việc làm chân chánh), 5. Chánh mạng (nuôi sống bằng nghề nghiệp chân chánh), 6. Chánh tinh tấn (tinh tấn, chuyên cần đúng Chánh pháp), 7. Chánh niệm (niệm tưởng chân chánh, duy trì sự tỉnh thức không vọng niệm), 8. Chánh định (thiền định chân chánh). Tám thánh đạo cũng chính là Đạo đế trong Tứ đế.

nhau, không hề có sự ganh ty ghen ghét. Các vị đều rõ biết những việc đời trước, dù trải qua đã hàng vạn kiếp cũng đều nhớ biết rõ ràng. Các vị cũng rõ biết cả những chuyện quá khứ, hiện tại và vị lai trong khắp các thế giới mười phương, lại cũng rõ biết cả tâm ý của hết thảy chúng sinh trong khắp thiên hạ, cũng biết cả việc mỗi chúng sinh ấy đến kiếp nào, năm nào sẽ được độ thoát thành người, được sinh về thế giới Cực Lạc."

Thức ăn uống tự nhiên hóa hiện

Kinh Đại A-di-đà chép rằng: "Những người được vãng sinh về thế giới của đức Phật A-di-đà, khi đến giờ ăn nếu muốn dùng chén bát bằng bạc liền có chén bát bằng bạc, hoặc có người muốn dùng chén bát bằng vàng, hoặc bằng lưu ly, cho đến được làm bằng hạt châu minh nguyệt hay hạt châu ma-ni, đều lập tức được hóa hiện theo ý muốn. Trong bát ấy lại hiện ra đầy đủ thức ăn có trăm mùi vị, dù nhiều cũng không thừa, dù ít cũng không thiếu. Sau khi ăn xong thì tất cả đều tự nhiên tiêu tán hết, không hề còn lại những thức ăn thừa. Hoặc cũng có trường hợp chỉ cần nhìn thấy màu sắc, ngửi thấy mùi hương thì tự nhiên no đủ. Mỗi khi ăn xong thì chén bát tự nhiên mất đi, đến lúc muốn ăn lại tự nhiên hiện ra như trước. Sự khoái lạc mầu nhiệm ở thế giới ấy chỉ kém hơn cảnh giới Niết-bàn mà thôi."

Sự tu tập thích hợp

Kinh Đại A-di-đà chép rằng: "Ở thế giới Cực Lạc, nhân dân có những người ở trên mặt đất giảng kinh, tụng kinh, nghe kinh, hoặc suy ngẫm đạo lý hay ngồi thiền. Lại có những người ở trên hư không giảng kinh, tụng kinh, nghe kinh, hoặc suy ngẫm đạo lý hay ngồi thiền. Những người chưa chứng đắc quả Tu-đà-hoàn sẽ nhân đó được chứng đắc quả Tu-đà-hoàn, những người chưa chứng đắc quả Tư-đà-hàm sẽ nhân đó được chứng đắc quả Tư-đà-hàm, cho đến những người chưa chứng đắc quả A-la-hán[1] hoặc Bồ Tát bất thối chuyển,[2] đều sẽ nhân đó được chứng đắc quả A-la-hán hoặc Bồ Tát bất thối chuyển. Mỗi vị như thế đều tùy theo tư chất riêng của mình mà đạt được sự vui vẻ thích ý."

So sánh dung mạo[3]

Đức Phật hỏi ngài A-nan: "Ví như có người ăn mày đứng cạnh một vị đế vương thì hình tướng, dung mạo có thể sánh cùng nhau chăng?"

Ngài A-nan thưa rằng: "Bạch Thế Tôn, người ăn mày dung mạo xấu xí, làm sao có thể sánh được với vị đế vương?"

Đức Phật dạy: "Vị đế vương kia tuy cao quý, nhưng nếu lại so sánh với vị Chuyển luân Thánh vương thì cũng chẳng khác gì một kẻ ăn mày. Chuyển luân Thánh vương tuy cai trị bốn cõi thiên hạ, nhưng nếu so với Đao-lợi Thiên vương thì kém hơn đến trăm ngàn vạn lần, thật không thể sánh kịp. Đao-lợi Thiên vương nếu đem so với vị Thiên vương của cõi trời Tha hóa tự tại thì lại kém xa đến trăm ngàn vạn lần, thật không thể sánh kịp. Thế nhưng vị Thiên vương cõi trời Tha hóa tự tại nếu đem so với các bậc thượng thiện nhân cùng chư Bồ Tát ở thế giới Cực Lạc của đức Phật A-di-đà thì lại kém xa đến trăm ngàn vạn lần, thật không thể nào sánh kịp."

---

[1] Ở đây đề cập đến 4 thánh quả lần lượt từ thấp lên cao là: Tu-đà-hoàn, Tư-đà-hàm, A-na-hàm và A-la-hán.

[2] Bồ Tát bất thối chuyển: Chỉ vị Bồ Tát bắt đầu chứng nhập Sơ địa, địa vị đầu tiên trong Thập địa, vì kể từ địa vị này trở lên, vị Bồ Tát không còn thối chuyển nữa.

[3] Đoạn này An Sĩ toàn thư không dẫn nguồn, chúng tôi cũng chưa tìm thấy được trích dẫn từ kinh nào.

Tu tập pháp quán được thấy Phật

Kinh Thập lục quán[1] có chép việc bà Vi-đề-hy là hoàng hậu của vua Tần-bà-sa-la, nhân khi con trai bà là A-xà-thế làm việc thí nghịch, giết cha để cướp ngôi, [nên sinh lòng chán ngán] không muốn ở cõi Ta-bà đầy uế trược này nữa, phát tâm cầu sinh về cõi Tây phương Tịnh độ.

Đức Phật dạy bà Vi-đề-hy tu tập 16 pháp quán tưởng. Khi bà thực hành tu tập đến pháp quán thứ 7 thì đã thấy được hồ báu bằng lưu ly ở cõi Cực Lạc, từ xa được trông thấy đức Phật A-di-đà, tướng hảo quang minh, ngự giữa hư không, bên trái có Bồ Tát Quán Thế Âm, bên phải có Bồ Tát Đại Thế Chí.

Khi ấy đức Phật Thích-ca liền thọ ký cho bà Vi-đề-hy cùng 500 thị nữ đều sẽ được vãng sinh về Tây phương Tịnh độ. Đây chính là nhờ tu tập, áp dụng các pháp quán tưởng Phật dạy mà được vãng sinh.

Tuy nhiên, đức Phật Thích-ca cũng có nói với bà Vi-đề-hy rằng: "Bà vốn còn là người phàm, tâm tánh yếu ớt kém cỏi, nay nhờ có Như Lai đem phương tiện dễ dàng chỉ dạy cho nên mới được vãng sinh."[2]

Vì thế, Đại sư Liên Trì có nói rằng: "Các pháp quán [trong Quán kinh] hết sức sâu xa huyền diệu, [người đời nay căn tánh kém cỏi] chỉ nên giữ theo phần căn bản đại lược."

Giữ theo phần căn bản đại lược, đó chính là nói đến việc trì niệm danh hiệu đức Phật A-di-đà.

---

[1] Kinh Thập lục quán là tên khác của kinh Phật thuyết Quán Vô Lượng Thọ Phật (佛 說觀無量壽佛經), đôi khi cũng gọi tắt là Quán kinh, vì trong kinh này đức Phật chỉ dạy 16 phép quán. Kinh này được đưa vào Đại Chánh tạng thuộc Tập 12, kinh số 365, bắt đầu từ trang 340, tờ b.

[2] Lời dạy này hàm ý nếu không có Phật lực gia trì và sự chỉ dạy trực tiếp của đức Phật, thì những người phàm căn tánh kém cỏi khó lòng tu tập thành tựu pháp quán này.

Niệm Phật được thấy Phật

Đức Thế Tôn khi thuyết giảng kinh Đại A-di-đà đã nói đầy đủ về thế giới Cực Lạc có các sự trang nghiêm. Phật dạy ngài A-nan rằng: "Ông hãy đứng dậy chỉnh trang y phục, chắp tay cung kính, quay mặt về phương Tây mà đảnh lễ đức Phật A-di-đà." Ngài A-nan y theo lời dạy, cung kính lễ Phật rồi bạch rằng: "Nay con nguyện được nhìn thấy đức Phật A-di-đà cùng với thế giới Cực Lạc và tất cả đại chúng các vị Bồ Tát, Thanh văn nơi cõi ấy."

Phát nguyện như thế vừa xong thì đức Phật A-di-đà lập tức phóng hào quang chói sáng, soi chiếu khắp hết thảy các thế giới. Khi ấy ngài A-nan liền nhìn thấy đức Phật A-đi-đà, dung mạo uy nghi sừng sững như tòa núi lớn bằng vàng ròng. Bốn chúng trong pháp hội khi ấy đều được nhìn thấy, lại cũng được nhìn thấy cả cõi Cực Lạc trang nghiêm thanh tịnh. Ngay vào lúc ấy, những người mù đều tự nhiên sáng mắt, những người điếc tự nhiên được nghe, những người câm tự nhiên nói được, những người què tự nhiên có thể đứng dậy đi, khắp các cõi địa ngục, ngạ quỷ cũng đều nhất thời được hưởng sự an ổn, mừng vui. Các nhạc khí của chư thiên ở cõi trời không ai chạm đến cũng tự nhiên vang lên tiếng nhạc.

Niệm Phật được vãng sinh

Kinh A-di-đà chép rằng: "Như những kẻ nam, người nữ có lòng lành, nghe giảng nói về Phật A-di-đà, bèn chuyên tâm niệm danh hiệu ngài, hoặc một ngày, hoặc hai ngày, hoặc ba ngày, hoặc bốn ngày, hoặc năm ngày, hoặc sáu ngày, hoặc bảy ngày, nhất tâm không tán loạn. Người ấy khi lâm chung liền thấy đức Phật A-di-đà cùng các vị thánh chúng hiện ra trước mắt. Khi mạng chung tâm không điên đảo, liền được sanh về cõi Cực Lạc của đức Phật A-di-đà."

Lại cũng chép rằng: "Nếu ai có lòng tin, nên phát nguyện sanh về cõi ấy."

Lời bàn

Đoạn kinh này chính là yếu chỉ của trọn bộ kinh, nhấn mạnh ở sự chuyên tâm niệm danh hiệu Phật, đạt đến mức nhất tâm không tán loạn.

Vãng sinh không phải việc dễ dàng

[Kinh A-di-đà chép rằng:] Đức Phật bảo ngài Xá-lợi-phất: "Không thể chỉ có chút ít căn lành, phước đức, nhân duyên mà được sinh về cõi Cực Lạc."

Lời bàn

Phần trước có nói: "Nếu ai có lòng tin, nên phát nguyện sinh về cõi ấy." Cho nên, lòng tin là điều thiết yếu để bước vào pháp môn này. Nếu người không có niềm tin thì không thể niệm Phật. Không thể niệm Phật thì đó chính là không có căn lành, không có phước đức, không có nhân duyên.

Pháp môn này như nước cam lộ, nếu như rốt cuộc ta lại không có phần, lẽ nào không phải là đau đớn đáng tiếc lắm sao! Mỗi khi tôi tụng kinh vừa đến câu này thì tự nhiên cảm thấy toàn thân rúng động, có khi khởi lòng thương cảm rơi lệ như mưa. Đến lúc bình tâm mới tự an ủi mình rằng: "Chỉ sợ không khởi tâm cầu vãng sinh mà thôi. Nếu như đã có thể tin nhận đức Phật A-di-đà là có thật, thì đó chính là căn lành của ta; nếu như đã có thể phát tâm Bồ-đề tha thiết, thì đó chính là phước đức của ta; nếu như đã có thể trì niệm được thánh hiệu của đức Như Lai, thì đó chính là nhân duyên của ta. [Đầy đủ căn lành, phước đức, nhân duyên, thì] có lý nào lại không được vãng sinh?"

Kinh Pháp Hoa nói rằng: "Trong tâm khởi sinh niềm vui mừng lớn, tự biết ngày sau sẽ được thành Phật."

Lời dặn dò sau chót

[Kinh A-di-đà chép rằng:] Đức Phật bảo ngài Xá-lợi-phất: "Như có người nào trước đã phát nguyện, hoặc nay vừa phát nguyện, hoặc sau này sẽ phát nguyện sinh về cõi Phật A-di-đà, thì những người ấy đều được địa vị không còn thối chuyển đối với quả vị Vô thượng Chánh đẳng Chánh giác. Những người ấy hoặc đã được sanh, hoặc nay được sanh, hoặc sau này sẽ được sanh về cõi ấy."

[Kinh lại cũng chép rằng:] "Vì vậy, Xá-lợi-phất, các ông nên tin theo lời ta và chư Phật đã nói."

Lời bàn

Chúng sinh trong ba cõi cũng giống như người bị vây hãm trong thành, gấp rút tìm đường, mong ra khỏi nhưng không có cách nào. Đến khi may mắn mở ra được một cửa thành, có thể theo đó thoát ra mà nhanh chóng quay về quê cũ, lẽ nào lại bỏ qua mất cơ hội ấy hay sao?

Pháp môn Tịnh độ chính là con đường giúp người thoát ra khỏi thành bị vây hãm, có thể nhanh chóng quay về quê cũ. Đức Thích-ca Như Lai đại từ đại bi, thương xót những người bị vây hãm trong thành ắt phải chịu giết hại, nên mới khai mở con đường thẳng tắt này, giúp người nhanh chóng thoát ra.

Đoạn kinh văn này chính là lời dặn dò đinh ninh sau chót, không chỉ dạy người tin sâu những lời do chính đức Như Lai nói ra, mà còn là tin nhận lời của chư Phật mười phương, quả thật là tâm bi mẫn hết sức thâm thiết.

Chúng ta thọ nhận ân đức lớn lao của Phật [chỉ bày pháp môn này], không biết làm sao báo đáp, chỉ có thể tự mình cố gắng y theo lời dạy tu hành, lập nguyện sâu rộng, cầu sinh Tịnh độ mà thôi.

Nay kính cẩn mang pháp môn này truyền lại, chỉ bày cho người đời sau.

Phương pháp hành trì

Mỗi buổi sáng sớm, súc miệng rửa mặt sạch sẽ rồi đốt hương trầm, cung kính chắp tay hướng về phương Tây (nếu như trong nhà có thờ tượng Phật thì hướng về tượng Phật), đem hết tâm thành nghĩ tưởng đến việc vì báo đền bốn ơn nặng,[1] cùng vì tất cả chúng sinh trong ba cõi pháp giới,[2] cung kính đảnh lễ "Nam-mô Ta-bà Thế giới Bổn sư Thích-ca Mâu-ni Phật." (ba lạy hoặc một lạy)

Nam-mô Thập Phương Tận Hư Không Giới Nhất Thiết Chư Phật. (một lạy)

Nam-mô Thập Phương Tận Hư Không Giới Nhất Thiết Tôn Pháp. (một lạy)

Nam-mô Thập Phương Tận Hư Không Giới Nhất Thiết Hiền Thánh Tăng. (một lạy)

Nam-mô Tây Phương Cực Lạc Thế Giới Đại Từ Đại Bi Tiếp Dẫn Đạo Sư A-di-đà Phật. (mười lạy hoặc bảy lạy)

Nam-mô Quán Thế Âm Bồ Tát. (ba lạy hoặc một lạy)

Nam-mô Đại Thế Chí Bồ Tát. (ba lạy hoặc một lạy)

Nam-mô Thanh Tịnh Đại Hải Chúng Bồ Tát. (ba lạy hoặc một lạy)

Bốn lời nguyện lớn của hàng Bồ Tát

Chúng sinh vô biên, thệ nguyện độ khắp. (một lạy)

Phiền não vô tận, thệ nguyện dứt trừ. (một lạy)

Pháp môn vô lượng, thệ nguyện tu học. (một lạy)

Phật đạo vô thượng, thệ nguyện thành tựu. (một lạy)

Lễ bái như trên xong thì tụng kinh A-di-đà, hoặc tụng kinh,

---

[1] Bốn ơn nặng, bao gồm ơn cha mẹ, ơn chúng sinh, ơn đất nước và ơn Tam bảo.

[2] Tức chỉ chung cõi Dục, cõi Sắc và cõi Vô sắc. Tất cả chúng sinh theo nghiệp lực luân hồi đều không ra ngoài ba cõi này.

trì chú theo thông lệ bình thường mỗi ngày. Việc trì tụng không chú trọng nhiều hay ít, chỉ cần hết lòng chú tâm khi trì tụng.

Trì tụng xong, niệm hồi hướng về việc vãng sinh Tịnh độ.

Nếu trong nghi thức trên có lược bớt đi phần nào thì ngay sau đó có thể chuyển sang một lòng niệm Phật.

Nghi thức niệm Phật, từ khởi đầu đến kết thúc

[Mở đầu tụng bài Tán Phật:]

A-di-đà Phật thân kim sắc,
Tướng hảo quang minh vô đẳng luân.
Bạch hào uyển chuyển ngũ tu di,
Cám mục trừng thanh tứ đại hải.
Quang trung hóa Phật vô số ức,
Hóa Bồ Tát chúng diệc vô biên.
Tứ thập bát nguyện độ chúng sinh,
Cửu phẩm hàm linh đăng bỉ ngạn.

Tạm dịch:

Phật A-di-đà thân vàng chói sáng,
Tướng quang minh tốt đẹp chẳng ai bằng.
Mày trắng ẩn hiện Tu-di năm núi,
Mắt xanh trong lặng bốn biển mênh mông.
Giữa hào quang hóa hiện vô số Phật,
Cùng vô biên chúng Bồ Tát vây quanh.
Bốn mươi tám nguyện độ khắp chúng sinh,
Chín phẩm vãng sinh, cùng lên bờ giác.

Nam-mô Tây Phương Cực Lạc Thế Giới Đại Từ Đại Bi A-di-đà Phật.

Sau đó tùy ý trì niệm hoặc hồng danh sáu chữ (Nam-mô A-di-đà Phật) hoặc hồng danh bốn chữ (A-di-đà Phật), hoặc mấy trăm biến, hoặc mấy ngàn biến, đều tùy sức mỗi người.

Niệm Phật xong thì niệm danh hiệu Bồ Tát Quán Thế Âm và Bồ Tát Đại Thế Chí.

Tiếp theo tụng qua một lần bài hồi hướng, hồi hướng về việc vãng sinh Tây phương Cực Lạc.

Nếu thời khóa niệm Phật mỗi ngày lên đến nhiều ngàn biến, nhiều vạn biến, thì nên phân chia thành nhiều lần, mỗi lần trì niệm xong đều tụng bài hồi hướng.

Về bài hồi hướng, có bài đầy đủ tường tận, có bài giản lược ngắn gọn. Tường tận đầy đủ thì theo bài văn do Đại sư Vân Thê soạn, giản lược ngắn gọn thì theo bài văn do Sám chủ Từ Vân soạn. Hoặc giản lược hơn nữa thì dùng bài kệ 16 câu trong kinh (có ghi ở phần sau), mỗi người có thể tùy sức mà chọn lựa.

Pháp môn trì tụng mười niệm[1]

Mỗi buổi sáng sớm, súc miệng rửa mặt sạch sẽ rồi đốt hương trầm. Nếu trong điều kiện không có hương hoa thì nên hướng tâm quán tưởng vô số hương hoa, đều dâng lên cúng dường Tam bảo. Sau đó chắp tay cung kính hướng về phương tây, chí tâm đảnh lễ:

Nam-mô Bổn Sư Thích-ca Mâu-ni Phật. (một lạy)
Nam-mô Tây Phương Cực Lạc Thế Giới Đại Từ Đại Bi Tiếp Dẫn Đạo Sư A-di-đà Phật. (ba lạy)
Nam-mô Quán Thế Âm Bồ Tát. (một lạy)
Nam-mô Đại Thế Chí Bồ Tát. (một lạy)
Nam-mô Thanh Tịnh Đại Hải Chúng Bồ Tát. (một lạy)

Vẫn chắp tay quay mặt về phương Tây, chí tâm niệm thánh hiệu sáu chữ: Nam-mô A-di-đà Phật. Thong thả niệm liên tục

---

[1] Phương pháp này vì những người quá bận rộn mà đặt ra. (Chú giải của soạn giả)

cho đến lúc phải dừng lại lấy hơi thì tính là một niệm. Cứ như thế, niệm được mười hơi là mười niệm, mỗi người tùy theo hơi thở dài ngắn mà niệm, không hạn định số Phật hiệu trong mỗi hơi.[1]

Khi niệm phải lưu ý âm thanh không quá cao, không quá thấp, không quá nhanh, không quá chậm, luôn giữ ở mức vừa phải, mười hơi liên tục như thế có thể khiến cho tâm không còn tán loạn. Lấy sự tinh cần chuyên niệm như thế làm công phu, bởi phương pháp trì tụng mười niệm này chính là dựa vào hơi thở để kiểm soát tâm ý.

Sau khi hoàn tất một thời khóa mười niệm thì tụng đọc bài kệ hồi hướng [gồm 4 đoạn,] 16 câu như sau đây:

Ngã kim xưng niệm A-di-đà,
Chân thật công đức Phật danh hiệu.
Duy nguyện từ bi ai nhiếp thụ,
Chứng tri sám hối cập sở nguyện.
Ngã tích sở tạo chư ác nghiệp,
Giai do vô thủy tham sân si,
Tùng thân ngữ ý chi sở sinh,
Nhất thiết ngã kim giai sám hối.
Nguyện ngã lâm dục mạng chung thời,
Tận trừ nhất thiết chư chướng ngại.
Diện kiến ngã Phật A-di-đà,
Tức đắc vãng sinh An Lạc sát.
Ngã kí vãng sinh bỉ quốc dĩ,
Hiện tiền thành tựu thử đại nguyện.
Phổ nguyện trầm nịch chư chúng sinh,
Tốc vãng Vô Lượng Quang Phật sát.

---

[1] Người niệm Phật nên dùng một chuỗi hạt ngắn có 10 hạt, niệm xong mỗi hơi thì lần một hạt, hết 10 hạt là xong một thời khóa. Như vậy có thể dễ dàng chuyên tâm niệm Phật mà không bị phân tâm vào việc đếm số lần.

Tạm dịch

> *Nay con niệm Phật A-di-đà,*
> *Là thánh hiệu công đức chân thật,*
> *Nguyện Phật từ bi thương tiếp nhận,*
> *Chứng minh con sám hối, phát nguyện.*
>
> *Xưa nay con từng tạo nghiệp ác,*
> *Đều do muôn kiếp tham, sân, si...*
> *Phát sinh ra thân, miệng và ý,*
> *Hết thảy nay con xin sám hối.*
>
> *Nguyện cho khi con sắp qua đời,*
> *Bao nhiêu chướng ngại đều dứt hết.*
> *Mắt nhìn thấy Phật A-di-đà,*
> *Liền được vãng sinh về Cực Lạc.*
>
> *Khi vãng sinh về cõi Phật rồi,*
> *Liền được thành tựu nguyện lớn này.*
> *Hết thảy chúng sinh đang khổ não,*
> *Nguyện sớm được về nơi Cực Lạc.*

Pháp môn báo ơn

Người tu Tịnh độ, tĩnh tâm quán xét trong suốt một đời mình thì người mình chịu ơn sâu nặng nhất không ai hơn cha mẹ. Từ lúc mang thai ta suốt mười tháng ròng, cho đến ba năm chăm sóc bú mớm, rồi nuôi nấng dạy dỗ cho đến lớn khôn... Ân đức lớn lao ấy, làm sao có thể báo đáp cho hết được?

Lại suy xét rằng, ta từ vô số kiếp đến nay, đã trải qua vô số lần sinh ra. Như vậy thì những ân đức của cha mẹ trong mỗi đời mà ta chưa báo đáp hết cũng là không thể kể hết.

Những bậc cha mẹ của ta trong vô số đời trước như thế, ngày nay ắt không khỏi có những người đang ở trong địa ngục, chịu hình phạt thiêu đốt, nung nấu, cắt xẻ thân thể. Lại cũng không khỏi có những người đang ở trong cảnh giới ngạ quỷ, chịu cảnh đói khát bị lửa thiêu thân. Lại cũng không khỏi có những người đang ở trong cảnh giới súc sinh, chịu cảnh khổ phải chở nặng, kéo cày... Nếu chúng ta không tin có những điều này, thì chẳng khác nào gà mẹ đã bị giết mà gà con vẫn không tin điều đó. Nếu chúng ta không nghĩ cách cứu độ cho cha mẹ đời trước như thế, thì chẳng khác nào gà con đứng nhìn mẹ bị giết mà không biết làm gì để cứu.

Nói đến đây ắt không khỏi phải rơi lệ bi thương, gieo mình xuống đất, xin phát tâm Bồ-đề thay cho cha mẹ đời này cũng như nhiều đời trước, cùng hết thảy các bậc sư trưởng, quyến thuộc mà ta đã thọ ân, chí tâm xưng niệm thánh hiệu A-di-đà tùy duyên cảnh, không kể số lần nhiều ít. Trong mỗi một niệm như thế, trước là nguyện giải trừ tám mươi ức kiếp tội nặng trong sinh tử cho những người mà ta hướng đến, sau là nguyện khi bản thân ta được vãng sinh Tịnh độ rồi, sẽ quay trở lại cõi Ta-bà này mà nỗ lực hết sức độ thoát cho họ.

Nếu như có những người ruột thịt chí thân vừa mới qua đời, cũng hướng tâm hồi hướng cho họ [được vãng sinh Tịnh độ].

Pháp môn trợ duyên

Người tu Tịnh độ, mỗi buổi sáng sớm nên quán tưởng trong khắp cõi Diêm-phù-đề này, lại suy đến trong cả đại thiên thế giới, số lượng trâu, dê, lợn, chó, cho đến các loài cầm thú, cá, rùa... bị mang ra giết hại thật không thể tính đếm nổi. Những con vật bị giết hại ấy, nếu gom thân xác lại ắt chất chồng hơn cả núi cao, máu huyết ắt nhuộm đỏ cả dòng sông đang chảy...

Hết thảy những loài vật ấy, chỉ do đời trước tạo nhiều nghiệp ác, không hề biết đến Tây phương Cực Lạc, nên phải chịu nỗi khổ trong chốn luân hồi. Ta nên thay chúng phát tâm Bồ-đề, chí tâm xưng niệm thánh hiệu A-di-đà tùy duyên cảnh, không kể số lần nhiều ít. Trong mỗi một niệm như thế, trước là nguyện giải trừ tám mươi ức kiếp tội nặng trong sinh tử cho chúng, sau là nguyện khi bản thân ta được vãng sinh Tịnh độ rồi, sẽ quay trở lại cõi Ta-bà này mà nỗ lực hết sức độ thoát chúng.

Tiếp theo quán tưởng trong khắp cõi Diêm-phù-đề này, lại suy đến trong cả đại thiên thế giới, hết thảy loài ngạ quỷ đều đang chịu sự đói khát bức bách, cổ họng bốc lửa, xương cốt cử động khua vang thành tiếng, phải chịu đựng sự khổ não khôn lường.

Lại quán tưởng trong tất cả các địa ngục nóng, địa ngục lạnh, địa ngục lớn, địa ngục nhỏ, vô số chúng sinh đang chịu sự trừng phạt chặt, chém, thiêu đốt, xay giã... trong mỗi một ngày đêm phải chết đi sống lại đến hàng vạn lần, chịu đựng sự khổ não khôn lường.

Tất cả những chúng sinh ấy, chỉ vì đời trước rộng làm các nghiệp ác, không tin có Tây phương Cực Lạc, nên phải chịu khổ não trong chốn luân hồi. Ta nên thay họ phát tâm Bồ-đề, chí tâm xưng niệm thánh hiệu A-di-đà [tùy duyên cảnh, không kể số lần nhiều ít]. Trong mỗi một niệm như thế, trước là nguyện giải trừ tám mươi ức kiếp tội nặng trong sinh tử cho họ, sau là nguyện khi bản thân ta đã được vãng sinh Tịnh độ rồi, sẽ quay trở lại cõi Ta-bà này mà nỗ lực hết sức để độ thoát họ.

Lại nữa, người tu Tịnh độ trong mỗi một ngày, tùy theo khả năng, hoàn cảnh, nếu có làm được bất kỳ việc thiện nào, chẳng hạn như bố thí cho người nghèo, cúng dường trai tăng, tạo vẽ hình tượng Phật, hay mua vật mạng phóng sinh... dù được đôi chút phước đức nhỏ nhoi cũng đều thay cho tất cả chúng sinh đang chịu khổ não trong mười phương mà hồi hướng, cầu cho tất cả đều được sinh về thế giới Cực Lạc.

CHỈ ĐƯỜNG CHO KẺ CÒN NGHI[1]

Lời dẫn

Kinh Hoa Nghiêm dạy rằng: "Lòng tin là cội nguồn của đạo, là mẹ của các công đức, nuôi dưỡng hết thảy các căn lành."

Vì thế, hết thảy tám vạn bốn ngàn pháp môn đều do nơi lòng tin mà vào được. Người tu nếu không có lòng tin ắt sẽ như hạt giống đã hư hỏng, không thể dùng thuốc gì chữa khỏi. Huống chi đối với pháp niệm Phật cầu vãng sinh vốn là một pháp môn càng hết sức khó tin khó nhận.

Xưa nay các bậc trưởng lão trong Thiền tông, cùng những người uyên bác học rộng, thảy đều vì xiển dương giáo pháp Tịnh độ mà làm ra những tác phẩm vấn đáp giải nghi, chẳng hạn như Đại sư Thiên Thai Trí Giả có sách "Thập nghi luận", Thiên Như Lão nhân có sách "Tịnh độ hoặc vấn", Vương Thị lang có sách "Quyết nghi tập", Viên Trung lang có sách "Tây phương hợp luận", ngoài ra còn có vô số những sách vở đó đây, nhiều đến mức không thể nào xem qua hết được. Tất cả những sách ấy, mục đích chung đều là muốn giúp cho người tu tập thêm kiên cố cội gốc niềm tin, cùng được sinh về Cực Lạc.

---

[1] Nguyên tác là Nghi vấn chỉ nam (疑問指南).

Nay tôi đặc biệt xem qua các tác phẩm của nhiều người, trích lấy những điểm tinh yếu nhất, thêm vào chỗ thấy biết hạn hẹp của bản thân mình để bổ sung những điểm còn thiếu sót, đặt tên gọi chung là "Nghi vấn chỉ nam", không dám gọi là trước tác văn chương, xin hãy xem như kẻ trích nhụy hoa làm thành mật ngọt vậy.

Mười điều nghi vấn về Tịnh độ[1]

Điều nghi thứ nhất

Hỏi: Chư Phật Bồ Tát lấy lòng đại bi làm bản nguyện, nếu như muốn cứu độ chúng sinh, lẽ ra nên hóa sinh vào ba cõi, ở giữa ba đường ác nơi cõi đời uế trược mà cứu khổ, vì sao lại cầu sinh về Tịnh độ, hoàn toàn chỉ được lợi ích bản thân mình mà xa rời hết thảy chúng sinh, như vậy chẳng phải là thiếu lòng đại từ bi, ngăn chướng trên đường giác ngộ đó sao?

Đáp: Bồ Tát có hai hạng. Một là các vị Bồ Tát tu hành đã lâu, từng được thân cận với chư Phật, đã chứng đắc Vô sanh pháp nhẫn. Hai là các vị Bồ Tát chỉ vừa mới phát tâm, chưa từng thân cận với chư Phật, cũng chưa chứng đắc Vô sanh pháp nhẫn.

Vị Bồ Tát tu hành đã lâu ắt có sức thần thông lớn, cho nên có thể hóa hiện thành chư thiên, đế vương, quỷ thần hay súc sinh, vào ra trong sinh tử, rộng độ chúng sinh. Nếu như kẻ mới tu hành, sức lực yếu kém mỏng manh, tuy đã phát tâm Bồ-đề nhưng vẫn còn ở địa vị phàm phu, bệnh khổ của chính mình còn chưa thể tự cứu, làm sao có khả năng cứu độ người khác?

Cho nên, luận Đại Trí Độ có dạy: "Nếu nói rằng kẻ phàm phu còn đầy triền phược, có tâm đại bi, nguyện sinh vào cõi đời ô

---

[1] Sách Tịnh độ Thập nghi luận (淨土十疑論) của Đại sư Thiên Thai Trí Giả, soạn vào đời Tùy, được đưa vào Đại Chánh tạng thuộc Tập 47, kinh số 1961, bắt đầu từ trang 77, tờ b, dòng thứ 20. Nội dung trích dẫn ở đây được tiên sinh An Sĩ trích yếu giản lược, không trích nguyên văn.

trược để cứu khổ chúng sinh, thật không có lý ấy. Vì sao vậy? Vì trong cõi đời với năm sự uế trược, những thứ như âm thanh, hình sắc, tiền tài, danh lợi... từng giây từng phút không ngừng lôi kéo trói buộc, lại những kẻ oán thù, phiền não luôn vây quanh dày đặc, chỉ cần một chút sơ sẩy đã rơi ngay vào đường đọa lạc. Ví như được sinh làm người, cũng khó lòng gặp lúc có Phật ra đời. Ví như được gặp Phật ra đời, cũng rất khó sinh lòng tin nhận. Lại như may mắn khởi lòng tin Phật, xuất gia tu hành, sang đời sau lại gặp hoàn cảnh phú quý sung túc, chưa hẳn đã tránh được sự mê đắm vào trần duyên mà tạo nhiều nghiệp ác. Nếu do đó mà không còn được sinh làm người, thì biết đến bao giờ mới có thể đạt được sự giải thoát?"

Vì thế, người có trí tuệ thì nếu muốn cứu độ chúng sinh, trước hết phải cầu cho tự thân mình được gặp Phật. Nếu như có thể phát tâm niệm Phật được nhất tâm bất loạn, chắc chắn được vãng sinh. Khi ấy tự mình đã được thân kim cang bất hoại, ắt có đủ khả năng thực hành tâm nguyện cứu độ vạn loại chúng sinh. Cũng như muốn cứu người đuối nước giữa sông, ắt tự mình phải có được thuyền bè để nương theo, sau đó mới có thể cứu người ra khỏi nước. Nếu không có gì hỗ trợ mà liều lĩnh nhảy xuống cứu người, ắt khó tránh khỏi phải cùng nhau chết chìm.

Cho nên, không phải là thiếu tâm từ bi, mà là khéo biết sử dụng tâm từ bi ấy.

Điều nghi thứ hai

Hỏi: Bản thể của hết thảy các pháp đều là không, xưa nay vốn chưa từng có sự sinh ra, vẫn luôn bình đẳng tịch diệt, vì sao lại bỏ nơi này cầu nơi kia, muốn sinh về Tây phương Cực Lạc? Trong kinh dạy rằng: "Tâm thanh tịnh thì cõi Phật thanh tịnh." Nếu muốn cầu được cõi thanh tịnh, trước hết phải làm thanh tịnh tâm mình. Vì sao không cầu tâm thanh tịnh mà lại cầu sinh về Tịnh độ?

Đáp: Người muốn sinh về Tây phương Cực Lạc, nếu cho là bỏ nơi này cầu nơi kia, vậy người không cầu sinh về Tây phương Cực Lạc, có lẽ nào lại không phải là bỏ nơi kia cầu nơi này? Nếu nói rằng dù nơi này hay nơi kia cũng đều không cầu sinh về, đó là rơi vào chấp đoạn, cho rằng sau khi chết là hết. Nếu nói rằng đối với nơi này hay nơi kia cũng đều không buông xả, thì đó là rơi vào chấp thường, cho rằng tất cả đều còn mãi.

Kinh Duy-ma dạy: "Tuy biết rằng các cõi Phật cùng với chúng sinh tất cả đều là không, nhưng vẫn thường tu tập làm thanh tịnh cõi nước, giáo hóa tất cả chúng sinh." Vì thế, tuy phát tâm mãnh liệt cầu vãng sinh, cũng không phải là chống trái với lý vô sinh.

Đến như lời dạy "tâm thanh tịnh cõi Phật thanh tịnh", cũng phải được hiểu theo cả hai phương diện sự tướng và lý tánh. Nếu xét về lý tánh, vì sao lại cho rằng người cầu sinh Tịnh độ thì tâm không thanh tịnh, còn người không cầu sinh Tịnh độ thì ngược lại có tâm thanh tịnh? Như xét về sự tướng, nếu giữ được tâm thanh tịnh giữa cõi đời xấu ác có năm sự uế trược, sao bằng cũng giữ tâm thanh tịnh như thế mà ở giữa thế giới Cực Lạc? Huống chi là trong trường hợp người ở cõi đời uế trược này, tuy cầu thanh tịnh nhưng trong tâm thật không thanh tịnh, so với người sinh về Cực Lạc, tuy không cầu thanh tịnh mà tâm vẫn tự nhiên thanh tịnh?

Điều nghi thứ ba

Hỏi: Các cõi Phật trong khắp mười phương, công đức đều bình đẳng như nhau. Vì sao không rộng nghĩ đến hết thảy các công đức, cầu sinh về hết thảy các cõi Phật thanh tịnh, mà chỉ riêng cầu sinh về cõi thanh tịnh của đức Phật A-di-đà mà thôi?

Đáp: Cõi nước thanh tịnh của chư Phật tất nhiên đều bình đẳng. Chỉ có điều là, đa số chúng sinh căn tánh ngu độn, uế trược tán loạn, nếu không chuyên tâm một nơi thì pháp định tâm khó lòng thành tựu. Cho nên, chuyên tâm niệm Phật A-di-đà, đó chính là pháp định tâm hướng về một đối tượng duy nhất.

Kinh Tùy nguyện vãng sinh chép rằng: "Bồ Tát Phổ Quảng thưa hỏi Phật: 'Trong mười phương đều có các cõi Phật thanh tịnh, Thế Tôn vì sao nghiêng hẳn về việc xưng tán cõi Tịnh độ ở phương Tây của đức Phật A-di-đà, chỉ dạy người cầu vãng sinh về đó?'

"Phật dạy Bồ Tát Phổ Quảng: 'Chúng sinh trong cõi Diêm-phù-đề, tâm tánh uế trược tán loạn, vì thế nên ta nghiêng về xưng tán duy nhất một cõi Phật thanh tịnh ở thế giới Cực Lạc phương Tây mà thôi, để giúp cho chúng sinh chuyên tâm vào một cảnh giới duy nhất mới dễ được vãng sinh.'"

Kinh Hoa Nghiêm dạy rằng: "Hết thảy thân Phật cũng đều là một thân Phật. Cũng giống như một vầng trăng tròn sáng, phản chiếu trong hết thảy những nơi có nước."

Cho nên biết rằng, niệm một vị Phật tức là niệm hết thảy chư Phật, vãng sinh về một cõi Tịnh độ cũng không khác gì vãng sinh về hết thảy các cõi Tịnh độ.

Điều nghi thứ tư

Hỏi: Các cõi Phật trong mười phương vô lượng vô biên, tùy ý niệm bất cứ vị Phật nào cũng đều được vãng sinh [về cõi nước của vị Phật ấy], vì sao chỉ riêng niệm Phật A-di-đà?

Đáp: Có ba mối nhân duyên. Thứ nhất, đức Phật A-di-đà với thế giới Ta-bà này vốn đã có duyên. Từ vô số kiếp trước, ngài đã phát khởi bốn mươi tám lời đại nguyện, đều vì muốn tiếp dẫn chúng sinh niệm Phật về cõi nước thanh tịnh của ngài. Ngày nay, người ở thế giới Ta-bà này, mở miệng niệm Phật đều là niệm danh hiệu A-di-đà. [Trong kinh dạy rằng,] chúng sinh trong tương lai phước đức mỏng manh, đến lúc Giáo pháp sắp diệt, các kinh đều sẽ mất hết, chỉ còn duy nhất kinh A-di-đà lưu lại thêm trăm năm nữa, chẳng phải cũng là chứng minh cho mối nhân duyên này đó sao?

Thứ hai, do đức Phật Bổn sư Thích-ca Mâu-ni đã chỉ dạy. Trong ba tạng mười hai bộ kinh, những điều Phật thuyết dạy đều hết sức mở rộng, chỉ riêng đối với pháp niệm Phật trì danh, Phật không dạy niệm Phật nào khác mà chỉ duy nhất niệm Phật A-di-đà. Ví như đây không phải điều hết sức thiết yếu, vì sao đức Phật phải đinh ninh căn dặn nhiều lần?

Thứ ba, vì chư Phật mười phương đều chứng minh xác tín. Bởi pháp môn Tịnh độ hết sức khó tin nhận, nên khi đức Thế Tôn thuyết giảng về Phật A-di-đà liền có mười phương chư Phật Như Lai cùng hiện đến chứng minh đó là lời chân thật, khiến cho người được chứng kiến rồi thì không thể không tin.

Vì thế nên người tu tập nghiệp thanh tịnh, có lý nào lại không chuyên niệm đức Phật A-di-đà?

Điều nghi thứ năm

Hỏi: Kẻ phàm phu dẫy đầy triền phược, nghiệp ác sâu nặng, hết thảy phiền não đều chưa dứt được, dù một mảy may phước đức cũng chưa tu tập, còn như cõi Tịnh độ Cực Lạc phương Tây là siêu việt ra ngoài ba cõi, vượt trội hơn cả các vị thiên đế, chư thiên gấp trăm ngàn vạn ức Hằng hà sa lần. Kẻ phàm phu như thế niệm Phật, làm sao có thể được sinh về cõi Phật ấy?

Đáp: Đó là nhờ sức của đức Phật A-di-đà, không phải dựa vào tự lực của kẻ ấy. Ví như người thọt chân, dù có khập khểnh đi suốt một ngày cũng chẳng được mấy dặm đường, nhưng nếu được cưỡi trên voi báu của vị Chuyển luân Thánh vương thì trong một ngày có thể đi qua khắp bốn cõi thiên hạ. Lại như kẻ học trò nghèo muốn thân cận bậc đế vương, nếu từ các châu, huyện tham gia những cuộc thi nhỏ, rồi mong được đỗ đạt làm quan, được địa vị cao quý vinh hiển, thì quả thật rất khó khăn mà vẫn chưa chắc chắn. Nếu như có thể thác sinh làm con vua, thì không quá mười tháng đã có thể cùng với bậc đế vương sống chung một nhà. Người được vãng sinh chỉ nương nhờ sức Phật, cũng giống như thế.

Người tu hành nếu không phát tâm cầu sinh Tịnh độ, chỉ ở nơi cõi đời xấu ác uế trược này mà cố gắng tu trì, ắt phải chịu nổi trôi chìm đắm, không biết phải trải qua bao nhiêu kiếp sống mà cũng chưa thể thành được một vị A-la-hán, nói gì đạt đến địa vị Bồ Tát.

Nếu tu theo pháp môn Tịnh độ, chỉ cần tinh tấn tu trì, đạt đến sự nhất tâm bất loạn thì ngay trong đời này liền có thể vãng sinh. Nhân đó lại tiếp tục tu hành nơi Tây phương Cực Lạc, vĩnh viễn không còn thối chuyển, sa đọa, thẳng một đường tiến đến quả vị Phật, quả là con đường ngắn nhất.

Ví như con trùng nằm trong cây tre, nếu muốn thoát ra mà hướng về phía trên, ắt phải đục khoét xuyên qua không biết bao nhiêu đốt tre, khó khăn khổ nhọc không chịu nổi. Nếu biết xoay ngang mà khoét lấy đường ra, ắt sẽ hết sức dễ dàng nhanh chóng. Vì thế nên người tu Tịnh độ mới được gọi là đi tắt ngang ra khỏi ba cõi, sao còn có thể nghi ngại rằng phàm phu [niệm Phật] không thể sinh về Cực Lạc?

Điều nghi thứ sáu

Hỏi: Trong chín phẩm vãng sinh, ba phẩm dưới thuộc về hạ phẩm[1] phần nhiều đều là những kẻ xấu ác, chỉ nhân khi lâm chung tín tâm niệm Phật mà được vãng sinh. Ví như họ đã sinh

---

[1] Chín phẩm vãng sinh bao gồm ba phẩm cao tột nhất là thượng phẩm thượng sinh, thượng phẩm trung sinh, thượng phẩm hạ sinh; ba phẩm ở bậc trung bình là trung phẩm thượng sinh, trung phẩm trung sinh, trung phẩm hạ sinh; và ba phẩm ở bậc thấp nhất là hạ phẩm thượng sinh, hạ phẩm trung sinh và hạ phẩm hạ sinh.

về Cực Lạc rồi nhưng vẫn còn tà kiến, tham lam, sân hận, si mê thì sao?

Đáp: Chỉ sợ không được vãng sinh, không lo việc đã vãng sinh rồi còn trở lại xấu ác. Trong việc này có năm nhân duyên. Thứ nhất, được sự gia trì từ nguyện lực đại bi của đức Phật A-di-đà. Thứ hai, nơi cõi ấy mọi điều mong ước đều được như ý nên không phải khởi tâm tham cầu. Thứ ba, cây báu, chim, hoa nơi cõi ấy đều tuyên giảng pháp mầu. Thứ tư, chung quanh chỉ toàn là các vị Bồ Tát làm bạn lành. Thứ năm, tuổi thọ lâu dài, có thể trải qua nhiều kiếp tu trì.

Vì thế, một khi đã được vãng sinh về Tây phương Cực Lạc thì có thể thẳng một đường đi lên quả vị Phật, vĩnh viễn không còn thối chuyển, có thể tin chắc như vậy.

Điều nghi thứ bảy

Hỏi: Tiếp theo sau đức Phật Thích-ca là Bồ Tát Di-lặc sẽ thành Phật, hiện nay đang thuyết pháp tại cung trời Đâu-suất. Những ai có thể tu hành mười nghiệp lành thuộc hàng thượng phẩm ắt sẽ được sinh về cung trời ấy. Vì sao không cầu sinh về nơi ấy, được gần gũi kề cận đức Di-lặc, tương lai khi ngài hạ sanh thành Phật thì theo xuống thế giới này?

Đáp: Tu mười nghiệp lành vào hàng thượng phẩm, tất nhiên có thể sinh về cõi trời, nhưng nếu muốn quyết định sinh về cõi trời Đâu-suất thì e rằng chưa chắc được. Các vị chưa đọc qua kinh Di-lặc thượng sinh hay sao? Kinh ấy dạy rằng: "Tu tập thực hành các pháp tam-muội, vào sâu được trong chánh định, mới có thể sinh [về cõi trời Đâu-suất]." Thử hỏi, người tu mười nghiệp lành đã được như thế hay chưa?

Còn như đức Phật A-di-đà, chỉ cần trì niệm danh hiệu ngài thì không ai không được tiếp dẫn, đem so với người rộng tu mười nghiệp lành đã thấy dễ dàng hơn rất nhiều lần.

Hơn nữa, nơi cung trời Đâu-suất phần nhiều là các vị thiên tử thoái vị trong Dục giới, nơi ấy các thiên nữ rất nhiều, không thể tính đếm, chư thiên nhìn thấy còn nhiều khi đắm nhiễm, huống hồ người phàm? Kinh Tát-già Ni-kiền-tử chép rằng: "Sự trói buộc lớn nhất của chư thiên không gì hơn nữ sắc. Nữ nhân trói buộc chư thiên, dắt dẫn đi vào ba đường ác." Nếu đem so với cảnh giới Tây phương Cực Lạc thì vạn phần chưa sánh được một.

Huống chi, ví bằng có được gặp Bồ Tát Di-lặc nhưng tự thân chưa chứng đắc thánh quả, làm sao có thể một lần sinh về cõi tịnh mà được vĩnh viễn không thối chuyển [như vãng sinh Cực Lạc]?

Điều nghi thứ tám

Hỏi: Kẻ phàm phu từ bao đời trước đến nay đã rộng tạo vô số nghiệp ác, khi lâm chung chỉ niệm Phật mười niệm, làm sao có thể được vãng sinh?

Đáp: Người làm nghiệp ác trong đời này nhưng đến khi lâm chung có thể hồi tâm niệm Phật mười niệm được vãng sinh, đó hẳn là nhiều đời trước đã có tu hành, bất quá chỉ là trong đời này sinh ra nhất thời mê muội đi theo đường ác.

Nếu không phải như thế, thì khi sắp qua đời nhất định các duyên xấu ác phải tìm đến, sao có thể trái lại gặp bậc thiện tri thức dạy cho việc niệm Phật? Hơn nữa, dù có được dạy cho việc niệm Phật, cũng làm sao có thể nghe mà tin nhận được ngay?

Huống chi vào lúc người ấy niệm Phật cuối đời, ắt trong lòng đã hồi tâm giác ngộ, chí thành sám hối những sai lầm trước đây, trong tâm phải hết sức kinh sợ việc ác mà thống thiết cầu vãng sinh, cho nên muôn duyên đều nhất thời buông xả, chỉ còn duy nhất một con đường hướng về Tây phương Cực Lạc, hoàn toàn không có bất cứ nơi nào khác để có thể quay đầu. Niệm Phật được như lúc ấy, chỉ một câu cũng bằng như ngàn vạn tiếng. Chính vì thế nên kinh Thập lục quán mới nói rằng: "Trong mỗi một niệm đều giải trừ được tám mươi ức kiếp tội lỗi trong sinh tử."

Nếu như có thể nhận hiểu được sự tinh chuyên thành khẩn ấy, lại thêm sẵn có phước đức nghiệp lành từ đời trước, thì việc được Phật tiếp dẫn đâu có gì để phải hoài nghi?

Điều nghi thứ chín

Hỏi: Thế giới Cực Lạc cách xa cõi Ta-bà này đến mười vạn ức cõi Phật. Xa xôi như thế, kẻ phàm phu làm sao có thể tức thời sinh đến? Lại có nghe rằng nữ nhân, người khuyết thiếu các căn cùng với hàng Nhị thừa đều không được vãng sinh, điều đó tin được chăng?

Đáp: Đường xa khó đến là nói về hình thể. Một niệm có thể đến ngay là nói về tâm thức. Người niệm Phật sinh về Cực Lạc là chỉ nói tâm này sinh về, không phải mang theo hình hài thân thể sang cõi ấy. Ví như người nằm mộng thấy đi sang nước khác, tuy cách xa đến ngàn vạn dặm nhưng vừa lay gọi liền tỉnh giấc, lẽ nào lại do đường gần thì dễ thức giấc mà đường xa khó thức giấc hay sao?

Nói rằng nữ nhân với người căn khuyết không sinh ra ở cõi ấy, đó là nói ở thế giới Cực Lạc không có nữ nhân, không có người căn khuyết, không có nghĩa là nữ nhân với người căn khuyết không được vãng sinh về Cực Lạc.

Nếu nói nữ nhân không được vãng sinh, vì sao đức Thế Tôn lại thọ ký cho bà Vi-đề-hy và 500 thị nữ chắc chắn được vãng sinh? Kinh Vô Lượng Thọ có 48 lời đại nguyện của đức Phật

A-di-đà, trong đó có một nguyện rằng: "Sau khi ta thành Phật, hết thảy nữ nhân trong vô số cõi thế giới, nếu được nghe danh hiệu của ta [liền mừng vui tin tưởng, phát tâm Bồ-đề,] sinh lòng chán ghét thân nữ. Sau khi lâm chung liền không còn phải thọ sinh làm thân nữ."[1]

Đối với nữ nhân là như vậy, thì đối với người căn khuyết có thể suy ra biết được. Hơn nữa, như chim sáo, chim vẹt còn có thể nhờ niệm Phật mà được vãng sinh.[2] Như vậy, có lẽ nào người căn khuyết lại không bằng loài vật hay sao? Đến như hàng Nhị thừa đều là những vị đã chứng quả. Kẻ phàm phu còn được vãng sinh, có lý nào lại trừ ra những người Nhị thừa? Kinh A-di-đà dạy rằng: "Đức Phật A-di-đà có vô lượng vô biên các đệ tử Thanh văn, tất cả đều là A-la-hán." Vậy sao có thể nói là không có Nhị thừa? Vì thế, lời ấy có nghĩa rằng, người sinh về Cực Lạc không còn mang tâm vướng chấp của hàng Nhị thừa, nên mới nói Nhị thừa không sinh. Bằng như cho rằng hàng Nhị thừa không được vãng sinh về Cực Lạc, điều đó thật hoàn toàn vô lý.

Điều nghi thứ mười

Hỏi: Nay tôi quyết định phát tâm cầu vãng sinh Cực Lạc, nhưng chưa biết phải thực hành những công hạnh gì, phải phát khởi những tâm nguyện gì để được vãng sinh? Lại nữa, người thế tục thảy đều có vợ con, chưa dứt trừ chuyện dâm dục, không biết rằng như thế có được vãng sinh hay chăng?

Đáp: Người quyết định cầu vãng sinh Tây phương Cực Lạc, ngoài việc trì niệm danh hiệu Phật, nếu có đủ hai tâm niệm mạnh mẽ khác nữa thì chắc chắn sẽ được vãng sinh. Thứ nhất là tâm niệm chán lìa đối với cõi thế gian uế trược. Thứ hai là tâm niệm mến mộ, ưa thích đối với thế giới Cực Lạc.

---

[1] Đây là đại nguyện thứ 32.

[2] Xem trong sách Tịnh độ văn và Pháp uyển châu lâm. (Chú giải của soạn giả)

Lại cũng nên phát tâm Bồ-đề, tùy theo khả năng mà làm các việc thiện, hồi hướng về cho việc vãng sinh Tịnh độ. Được như vậy thì chưa từng có ai không được vãng sinh.

Đến như duyên nợ với vợ con nơi chốn thế tục, điều đó cũng không ngăn ngại. Chỉ cần có thể khiến cho vợ con cùng được hưởng lợi lạc từ giáo pháp, cùng biết tu trì, dứt trừ việc gieo trồng nhân xấu ác.

Về việc chán lìa cõi thế gian uế trược, đó là nói trong đời uế trược này, nhất cử nhất động đều là gai góc hầm hố dễ rơi vào sa đọa. Người đời chỉ vì hai chữ cơm áo mà khốn khổ suốt đời, chạy theo hai đường danh lợi mà bôn ba trọn kiếp, tay chân rối rít bận rộn không ngừng, cam chịu vì vợ con làm thân tôi tớ, ngày trăm mối nghĩ, đêm vạn mộng mơ, hết thảy đều là đem thân thể hình sắc này mà tìm cầu chuốc lấy phiền não.

Hãy tự hình dung, tấm thân cao chừng bảy thước[1] này, dáng vẻ bên ngoài chỉ nhờ vào lớp da mỏng bao bọc, lại lấy đó vọng xưng là cao quý lớn lao, ví như có thể dùng thiên nhãn xem qua một lần, ắt sẽ thấy bên trong bất quá chứa đầy một bụng phẩn uế, cùng những máu mủ đờm dãi nhơ nhớp. Cho nên kinh Niết-bàn dạy rằng: "Thân này như một cái thành, là chỗ cư trú của những quỷ la-sát ngu si." Như vậy, liệu có người trí tuệ nào lại ưa thích đắm say thân này mà không chán lìa?

Về việc mến mộ ưa thích thế giới Cực Lạc, đó là nói sự vui thích ở cõi Tây phương Cực Lạc dù cung điện cõi trời cũng không sánh kịp, không thể hình dung mô tả bằng ngôn ngữ. Mỗi ngày chỉ cần nhớ nghĩ đến những lời trong kinh, đem tâm tĩnh lặng mà suy xét từng lời, lại nghĩ rằng trong tương lai nhất định mình sẽ sinh về nơi ấy, thì tự nhiên tâm niệm mến mộ sẽ khởi sinh, nhân duyên Tịnh độ cũng tự thành thục.

Thế nào là phát tâm Bồ-đề? Luận Vãng Sinh nói rằng: "Tâm

---

[1] Mỗi thước cổ bằng khoảng 33 cm, bảy thước tương đương khoảng 2,1 mét.

Bồ-đề tức là thệ nguyện sẽ thành Phật. Thệ nguyện thành Phật, đó là khởi lòng thương xót đối với hết thảy chúng sinh trong sáu đường luân hồi, đang chịu khổ não không cùng cực, nên mới phát tâm cứu độ, muốn giúp cho tất cả đều được vượt thoát ra ngoài ba cõi, đều được vãng sinh về Tây phương Cực Lạc, được như vậy mới tròn thệ nguyện."

Người niệm Phật nếu có đủ hai tâm niệm mạnh mẽ như trên, lại thêm đã phát tâm Bồ-đề, cung kính nương theo tâm nguyện cứu độ của Như Lai, nếu như lại không được vãng sinh, không được Phật thọ ký, đó là việc chưa từng có vậy.

Những nghi vấn về pháp tu Tịnh độ[1]

Hỏi: Có người khách đến hỏi Thiên Như Lão nhân rằng: "Thiền sư Vĩnh Minh Thọ,[2] người khắp nước đều tôn xưng là bậc kiệt xuất trong tông môn,[3] nhưng tự mình lại tu theo Tịnh độ, còn dạy người khác rằng: 'Có tu thiền không tu Tịnh độ, mười người đến chín người phải rơi rụng. Không tu thiền chỉ tu Tịnh độ, vạn người tu thì vạn người đạt kết quả.' Nói như thế chẳng phải là dìm khuất lẽ thiền mà xưng tán pháp môn Tịnh độ quá lời rồi chăng?

Đáp: Đại sư Vĩnh Minh không hề quá lời xưng tán. Pháp môn Tịnh độ là cực kỳ sâu rộng, pháp tu theo Tịnh độ là cực kỳ đơn giản, dễ dàng.

Nói sâu rộng, là vì hết thảy căn cơ, nhân duyên khác nhau của chúng sinh đều được thâu nhiếp vào pháp môn Tịnh độ.

---

[1] Trích từ sách Tịnh độ hoặc vấn (淨土或問) của Thiên Như Lão nhân, soạn vào đời Nguyên, được đưa vào Đại Chánh tạng thuộc Tập 47, kinh số 1972, bắt đầu từ trang 292, tờ a. Nội dung ở đây được tiên sinh An Sĩ trích yếu giản lược, không trích nguyên văn theo nguyên bản. Phần trích này có cả thảy 22 câu vấn đáp.

[2] Tức thiền sư Vĩnh Minh Diên Thọ (永明延壽), còn có danh xưng khác là Huệ Nhật Trí Giác (慧日智覺). Ngài sinh năm 904, viên tịch vào năm 975.

[3] Tông môn: ở đây chỉ Thiền tông. Ngài Vĩnh Minh là thiền sư đắc pháp, thuộc tông Pháp Nhãn, nối pháp Quốc sư Thiên Thai Đức Thiều.

Trên từ các vị Bồ Tát ở địa vị Đẳng giác, dưới cho đến kẻ nam người nữ phàm ngu si độn, những kẻ đã phạm vào năm tội nghịch,[1] tạo mười nghiệp xấu ác,[2] nếu khi lâm chung biết sám hối niệm Phật, cũng đều được vãng sinh.

Nói đơn giản, dễ dàng, là vì hoàn toàn không có những việc phải gian nan lao khổ, chỉ cần nhất tâm trì niệm hồng danh sáu chữ liền có thể được vãng sinh, đạt địa vị không còn thối chuyển, thẳng một đường tiến lên quả Phật, trọn vẹn viên mãn.

Thử hỏi trong việc tu hành xuất thế, còn có phương cách nào nhanh chóng hơn thế chăng? Nếu không phải là bậc kiệt xuất như thiền sư Vĩnh Minh Thọ, ắt không thể quyết định tự mình tu theo Tịnh độ; nếu không phải là ngài, ắt cũng không thể đem pháp môn này dạy cho người khác như thế.

Hỏi: Về sự sâu rộng và giản dị của pháp môn Tịnh độ, nay đã được nghe giải thích. Nhưng các vị đạt ngộ trong Thiền tông có nói rằng "thấy tánh thành Phật", vậy cần chi phải quay lại cầu vãng sinh làm gì?

Đáp: Đó là chỉ nói những người đạt ngộ, cho nên kẻ phát nguyện vãng sinh đều vì chưa đạt ngộ. Nhưng ví như ông đã ngộ, ắt còn có thể nhanh chóng hướng ngay về Tịnh độ, dù một vạn con trâu cũng không đủ sức trì kéo lại.

Hơn nữa, có phải ông cho rằng một khi đã đạt ngộ thì tập khí nhiều đời đều trừ sạch, lậu hoặc đều dứt hết, những oán thù đối nghịch từ vô số kiếp đến nay đều được hóa giải không còn gì, cho đến rốt cùng không còn phải thọ thân trong ba cõi nữa

---

[1] Năm tội nghịch: tức năm tội nặng nhất, bao gồm các tội: giết cha, giết mẹ, giết A-la-hán (thánh tăng), làm thân Phật chảy máu (hay hủy phá chùa chiền tôn tượng) và phá hòa hợp Tăng-già.

[2] Mười nghiệp xấu ác: là trái lại với mười nghiệp lành, do đó bao gồm: giết hại, trộm cướp, tà dâm, nói dối, nói lời ác độc, nói lời đâm thọc hai lưỡi, nói lời hoa mỹ vô nghĩa, tham lam, sân hận và ngu si. Khi từ bỏ được mười nghiệp xấu ác này (cũng gọi là mười nghiệp bất thiện) và tu tập theo hướng ngược lại thì tạo được mười nghiệp lành.

chăng? Hay thực tế là do bao nhiêu nghiệp cũ vẫn chưa trả hết, cho nên không thể tránh khỏi việc đối với những quả báo nặng nề thì dù đạt ngộ rồi vẫn phải gánh chịu, chỉ là được nhẹ nhàng hơn thôi?

Hoặc có phải ông cho rằng một khi đã đạt ngộ liền có đủ ba mươi hai tướng tốt, tám mươi vẻ đẹp, có thể hàng phục thiên ma, cứu độ khắp mười phương thế giới? Hay thực tế là nhất thời vẫn chưa có đủ thần thông uy lực, vẫn còn phải đợi khi sinh ra ở đời sau nữa mới có thể viên mãn cụ túc?

Bằng như ông lại cho rằng chỉ cần nhất thời đạt ngộ thì đại sự sinh tử xem như hoàn tất, chấm dứt, như vậy thì các vị đại Bồ Tát nhiều đời rộng tu sáu ba-la-mật, trải vô số kiếp, hẳn khi nhìn thấy vậy phải sinh lòng xấu hổ vì thua kém ông?

Kinh Quán Phật Tam-muội chép việc Bồ Tát Văn Thù tự kể lại những công hạnh nhiều đời trước của mình, nói rằng đã chứng đắc Tam-muội Niệm Phật, đức Thế Tôn nhân đó liền thọ ký rằng: "Ông sẽ được vãng sinh về thế giới Cực Lạc."

Kinh Hoa Nghiêm chép việc Bồ Tát Phổ Hiền đem mười đại nguyện cao quý nhất dạy cho Đồng tử Thiện Tài, trong đó rốt cùng cũng là chỉ đường về Cực Lạc.

Trong kinh Lăng-già, đức Thế Tôn thọ ký cho Bồ Tát Long Thụ, cũng nói đến việc vãng sinh Cực Lạc.

Đến như trong kinh Đại Bảo Tích, đức Thế Tôn cũng có lời báo trước rằng vua Tịnh Phạn cùng với bảy vạn người trong dòng họ Thích-ca đều sẽ sinh về thế giới Cực Lạc.

Trong kinh Thập lục quán, đức Phật chỉ dạy cho bà Vi-đề-hy và năm trăm thị nữ phương pháp để được diện kiến Phật A-di-đà.

Còn như ở Trung Hoa thì có Viễn Công ở Lô sơn, các bậc tôn trưởng trong tông Thiên Thai, Hiền Thủ,[1] ai ai cũng đều tán

---

[1] Tông Hiền Thủ tức tông Hoa Nghiêm, do đại sư Hiền Thủ Pháp Tạng xiển dương,

dương và khuyến khích việc tu Tịnh độ, cầu vãng sinh Cực Lạc. Lẽ nào những chỗ thật chứng thật ngộ của các vị ấy lại có thể thấp kém hơn người đời nay hay sao?

Hỏi: Pháp môn Tịnh độ thâu nhiếp mọi căn cơ, quả thật là sâu rộng. Tuy nhiên, cõi thế giới được gọi là Tịnh độ đó ở cách đây đến mười vạn ức cõi Phật, đem so với thuyết "ngay nơi tâm này là Tịnh độ, bản tánh chân thật ấy Di-đà" thì có vẻ như chống trái nhau chăng?

Đáp: Kinh Lăng Nghiêm dạy rằng: "Từ bên ngoài sắc thân này cho đến hết thảy núi sông, hư không, cõi đất... đều là những vật thể nằm trong chân tâm nhiệm mầu sáng tỏ." Lại dạy rằng: "Hết thảy các pháp được sinh khởi đều là do nơi tâm hiển hiện."

Như vậy, lẽ nào lại có cõi Phật ở ngoài tâm hay sao? Nên biết rằng, ngoài tâm không có cõi nước, ngoài cõi nước thì chẳng có tâm. Cho nên nói rằng, vô số cõi nước trong mười phương nhiều như số hạt bụi nhỏ, đều chỉ là những cõi nước trong tâm ta; chư Phật ba đời nhiều như số cát sông Hằng, đều chỉ là Phật trong tâm ta.

Nếu hiểu được điều này thì không có bất kỳ một cõi thế giới nào lại không y nơi tâm ta mà dựng lập, không có bất kỳ một vị Phật nào lại không nhân nơi chân tánh của ta mà hiển hiện.

Như thế thì, thế giới Cực Lạc ở cách đây mười vạn ức cõi Phật, lẽ nào lại riêng là một cõi không do tâm dựng lập? Đức Phật A-di-đà ở cõi Cực Lạc ấy, lẽ nào lại riêng là một vị Phật không do chân tâm bản tánh ta hiển hiện?

Hỏi: Thuyết Tịnh độ đều là hình tướng bên ngoài. Bậc có trí nên thẳng đường bước vào Thiền tông để đạt ngộ, đó mới là sáng suốt hơn. Nếu chỉ biết tán dương pháp tu Tịnh độ, chẳng

---

thường lấy kinh Hoa Nghiêm làm tông chỉ tu học. Mặc dù đại sư là Tổ thứ ba của tông này, nhưng nhờ sự hoằng hóa của ngài mà tông Hoa Nghiêm đặc biệt hưng thịnh nên người đời sau vẫn thường tôn xưng ngài là Tổ thứ nhất và gọi tông này là tông Hiền Thủ.

phải là chấp trước nơi sự tướng mà không rõ biết lý tánh đó sao?

Đáp: Theo về nguồn cội thì tánh thể không hai, nhưng phương tiện đi về ắt phân chia nhiều đường lối. Hiểu được ý nghĩa này thì sẽ thấy giữa Thiền tông và Tịnh độ, tuy đường lối khác nhau nhưng vẫn cùng quay về một nguồn cội.

Đại sư Trung Phong dạy rằng: "Người tu thiền, chính là pháp thiền của Tịnh độ; người tu Tịnh độ, chính là pháp Tịnh độ của thiền."

Tuy là cùng hỗ trợ xiển dương cho nhau như thế, nhưng người tu hành ắt phải chọn lấy một môn để thâm nhập. Vì thế nên Bồ Tát Đại Thế Chí chứng đắc Tam-muội Niệm Phật mới nói rằng dùng tâm niệm Phật thể nhập vào Vô sinh nhẫn. Bồ Tát Phổ Hiền thể nhập vào cảnh giới giải thoát không thể nghĩ bàn trong kinh Hoa Nghiêm rồi nói rằng: "Nguyện khi tôi lâm chung vãng sinh về thế giới Cực Lạc." Hai bậc đại sĩ Bồ Tát ấy, một vị kề cận bên Phật Thích-ca, một vị kề cận bên Phật A-di-đà, lẽ ra mỗi vị đều truyền dạy pháp môn riêng, nhưng các vị đều hòa hợp viên dung, không hề ngăn ngại lẫn nhau, sao có thể nói các vị còn vướng chấp thiên kiến?

Lại như ông nói rằng Tịnh độ là pháp môn hình tướng bên ngoài, chẳng phải là cho rằng tâm thanh tịnh tức Tịnh độ, ắt không hề có cõi Tịnh độ trang nghiêm bằng bảy báu đó sao? Nếu quả là như vậy, thì ông cũng có thể nói rằng tâm hiền thiện tức cõi trời, rốt lại không hề có các cõi trời Dạ-ma, Đao-lợi...; rằng tâm xấu ác tức địa ngục, rốt lại không hề có những địa ngục núi đao, rừng kiếm, chảo nước sôi...; rằng tâm ngu si tức súc sinh, rốt lại không hề có những loài súc sinh mang lông đội sừng?

Thế nhưng, đã có cõi tịnh độ trong sự soi chiếu tĩnh lặng [của chân tâm], ắt cũng có những cảnh giới thật báo trang nghiêm [tương ứng] có thể biết được. Huống chi, ngoài sự ra vốn không có lý, ngoài tướng ra vốn không có tánh. Nếu cứ nhất định phải bỏ sự để cầu lý, lìa tướng để tìm tánh, ắt là lý với sự đã không thể vô ngại, mong gì đạt đến cảnh giới "sự sự vô ngại" [như trong kinh Hoa Nghiêm]?

Lại nữa, ông tuy sẵn đủ tánh Như Lai nhưng hiện tại vẫn mang thân phàm phu. Nếu ông quả thật nơi nơi chốn chốn đều có thể đạt được Tịnh độ, thử hỏi có thể rơi vào hố xí vẫn xem như nằm trên giường chiếu được chăng? Có thể cùng với chó, lợn, trâu, ngựa cùng ăn chung một máng được chăng? Có thể cùng với xác chết thối rữa, giòi bọ đang rúc rỉa, nằm chung trên một giường mà ngủ được chăng? Nếu làm được như vậy, mới có thể chấp nhận lời ông nói, rằng "núi cao đất bằng, chốn chốn đều là Tây phương Cực Lạc", rằng "dù ở giữa núi đao rừng kiếm vẫn thường an nhiên tự tại". Còn như không được vậy, thì trong chỗ thấy uế tịnh chưa phải là không, tình cảm ưa ghét vẫn còn, lại đánh giá quá cao chỗ thấy của mình, huyênh hoang khoác lác, dễ khiến cho những kẻ kiến giải nông cạn, chỉ đọc qua loa mấy bản kinh thư, học võ vẽ vài ba công án thiền, [nghe qua rồi liền] muốn phỉ báng Chánh pháp, tạo thành tội nghiệt, như thế là lỗi của ai?

Hỏi: Người tu hành cầu thoát khỏi sinh tử, do đó xem trọng lý vô sinh. Hâm mộ Tây phương Cực Lạc mà phát nguyện được vãng sinh về, như thế có thể nào xem là nương theo ý nghĩa vô sinh được chăng?

Đáp: Thấy sinh ra cho là sinh, đó là chỗ sai lầm của quan điểm thường kiến, cho rằng tất cả thường còn. Thấy không sinh ra cho là vô sinh, đó là chỗ nhầm lẫn của quan điểm đoạn kiến, cho rằng tất cả đều dứt mất. Sinh mà không sinh, không sinh mà sinh, đó mới là ý nghĩa đúng thật rốt ráo nhất. Chân như bản tánh nhiệm mầu vốn tự không sinh, do nhân duyên hòa hợp mới khởi sinh hình tướng. Vì thể tánh có khả năng hiện thành hình tướng, nên nói vô sinh tức là sinh; vì hình tướng do thể tánh hiển hiện, nên nói sinh tức vô sinh. Hiểu được điều này thì biết rằng, sinh ra nơi Tịnh độ, ấy chỉ là chỗ khởi sinh của tâm. Nếu lại ngờ rằng do xa xôi mà khó đến, thì [nên biết] tâm bao trùm cả hư không, ôm trọn cả pháp giới, làm sao còn có chuyện xa gần?

Hỏi: Cõi Phật trong mười phương thanh tịnh, nhiệm mầu không ít, nay vì sao lại riêng chỉ về thế giới Cực Lạc, riêng xưng tán cõi ấy cảnh thù thắng, duyên thù thắng?

Đáp: Cõi thế gian này là nơi hội tụ của muôn điều khổ. Ví như có chút nhân duyên vui thú, ắt đều dẫn đến quả khổ đau. Cõi Cực Lạc không phải như thế, cho nên trong Kinh mới dạy rằng: "Chúng sinh nơi Cực Lạc không có các nỗi khổ, chỉ thuần hưởng sự vui thú, nên gọi là Cực Lạc."

Nay thử so sánh sơ lược đôi điều giữa hai cảnh giới, để thấy được sự khác biệt một trời một vực.

Ở thế gian này, chúng sinh nhập thai liền phải ở mười tháng trong thai mẹ, vào lúc sinh ra thì cận kề sống chết trong gang tấc. Nơi cõi Cực Lạc, người vãng sinh tư chất gửi vào hoa sen, an ổn ngồi giữa cung điện thơm tho mầu nhiệm, đã không phải chịu cảnh vào thai ô uế, cũng không gây khổ lụy, khó nhọc đến mẹ hiền. Như thế là nỗi khổ sinh ra của kiếp người không còn nữa.

Ở thế gian này, người ta đến tuổi già thì da nhăn tóc bạc, gối mỏi lưng còng, đứng ngồi đều phải nhờ người nâng dắt, hơi thở thoi thóp yếu ớt. Nơi cõi Cực Lạc thì nhờ pháp vị nuôi dưỡng tinh thần, vĩnh viễn không suy yếu già nua, hết thảy cõi nước trong mười phương chỉ chớp mắt có thể đến đi tùy ý. Như thế là nỗi khổ già yếu của kiếp người không còn nữa.

Ở thế gian này, một khi bệnh tật thì rên siết trên giường bệnh, lăn lộn than khóc. Nơi cõi Cực Lạc thì có thần thông lớn, có uy lực lớn, khắp cõi nước không bao giờ nghe nói đến những tiếng ốm đau, khó chịu. Như thế là nỗi khổ bệnh tật của kiếp người không còn nữa.

Ở thế gian này, ai ai rồi cũng nhất định phải chết, sau khi chết nhất định phải thọ nghiệp, chỉ có một đường duy nhất là cúi đầu chịu sự dắt dẫn của nghiệp lực. Nơi cõi Cực Lạc thì một khi thác sinh vào hoa sen liền được thân kim cang bất hoại, được tướng hảo quang minh, tuổi thọ vô cùng. Như thế là nỗi khổ chết đi của kiếp người không còn nữa.

Ở thế gian này, có hợp có tan, có gặp nhau ắt có chia lìa. Cha mẹ ơn sâu cũng khó giữ được lâu dài, vợ chồng thương yêu gắn bó rồi phần lớn cũng phải chịu phân ly. Nơi cõi Cực Lạc thì quyến thuộc là người cùng chung trong pháp hội, vĩnh viễn cùng nhau thân cận, làm sao còn có nỗi khổ phân ly?

Ở thế gian này, kẻ thù địch tìm kiếm lẫn nhau, có oán thù ắt phải chịu báo oán, dù kinh hãi khiếp sợ cũng không trốn tránh vào đâu được. Nơi cõi Cực Lạc thì người người đều thân thiết, kính trọng lẫn nhau, ai cũng là Bồ Tát bạn lành, cùng quan tâm chu toàn cho nhau, làm sao còn có nỗi khổ oán ghét phải gặp nhau?

Ở thế gian này, người người đều vất vả bôn ba vì cơm áo, vợ con sai khiến, khốn khổ đủ cách. Nơi cõi Cực Lạc thì y phục, thức ăn uống đều tùy ý nghĩ mà hóa hiện ra, cung điện vườn rừng, hết thảy đều bằng bảy báu, mỗi thứ đều được tùy ý thọ dụng, làm sao còn có nỗi khổ mong cầu không đạt được?

Không chỉ riêng những điều nêu trên, mà nơi thế gian này chúng sinh đều mang hình thể xấu xí hôi hám, so với cõi Cực Lạc thì hào quang chói sáng, tướng hảo quang minh; nơi thế gian này thì sống chết chìm nổi, lưu chuyển mãi mãi trong sinh tử, so với cõi Cực Lạc thì một lần chứng đắc vô sinh, vĩnh viễn không còn thối chuyển; nơi thế gian này thì gò nổng hố hầm, gai góc ngăn trở, so với cõi Cực Lạc thì cây báu rợp trời, vàng ròng làm đất.

Lại nữa, ở thế gian này thì đối với các vị Bồ Tát Quán Âm, Thế Chí chỉ có thể đơn thuần ngưỡng mộ danh thơm, nơi cõi Cực Lạc thì có thể tự thân cùng các ngài kết làm bạn tốt.

Đem so sánh giữa hai cảnh giới như thế, quả là ngoại cảnh nhân duyên đều thù thắng khác biệt vô cùng. Cảnh thù thắng ấy có thể giúp nhiếp tâm thanh tịnh, duyên thù thắng ấy có thể giúp thêm động lực tu hành.

Hỏi: Tâm chán lìa [Ta-bà] và mến mộ [Tịnh-độ] cũng chính là tâm yêu thích, ghét bỏ. Tâm niệm yêu ghét cũng là đầu mối của sinh tử, người tu hành thật không nên có, vậy phải làm sao?

Đáp: Chán lìa Ta-bà, mến mộ Tịnh-độ, tuy cũng đủ gọi là tâm yêu ghét, nhưng không phải là sự yêu ghét của thế gian, mà chính là sự yêu ghét giúp chuyển phàm thành thánh của mười phương Như Lai.

Nếu không sinh tâm chán lìa, làm sao có thể thoát khỏi thế giới Ta-bà uế trược? Nếu không hâm mộ, làm sao có thể vãng sinh về thế giới Cực Lạc?

Cho nên, trước phải sinh tâm chán lìa, sau mới có thể nhân đó chuyển phàm; trước phải sinh tâm mến mộ, sau mới có thể nhân đó thành thánh.

Hỏi: Ở thế gian này, mọi thứ y phục, thức ăn uống, nhà cửa, vật dụng... đều phải vất vả tạo dựng rồi mới được thọ hưởng, vì sao ở thế giới Cực Lạc một khi muốn thọ hưởng các việc phước đức thì hết thảy đều tự nhiên hóa hiện?

Đáp: Hết thảy những sự thọ hưởng phước đức đều do nơi việc tu tích phước đức mà có. Người ở châu Bắc Câu-lô, hết thảy y phục, thức ăn uống khi muốn dùng đến đều tự nhiên hiện ra, huống chi là cõi báu vạn phước trang nghiêm của đức Phật A-di-đà?

Kinh Đại A-di-đà dạy rằng: "Những giảng đường, cung

điện ở thế giới Cực Lạc, hoàn toàn không có người tạo tác, cũng không từ đâu mà đến, chỉ do nơi đức sâu dày, nguyện lớn rộng của đức Phật A-di-đà mà tự nhiên hóa sinh."

Lại cũng dạy rằng: "Trong các cõi Phật ở phương khác, có những nơi chỉ toàn làm việc thiện, không một chỗ nào tạo nghiệp ác, nên phước đức đều là tự nhiên. Lại có những thế giới kém hơn, ở đó làm việc thiện nhiều, tạo nghiệp ác rất ít, như thế vẫn có được phước đức tự nhiên, không cần phải tạo dựng. Đối với thế giới Ta-bà này, người tạo nghiệp ác quá nhiều, kẻ làm việc thiện rất ít, vì thế nếu không tự mình ra sức tạo dựng thì chẳng có vật gì tự nhiên hóa hiện cả."

Hỏi: Người niệm Phật được vãng sinh, khi lâm chung đều được nhìn thấy đức Phật và các vị Bồ Tát đích thân hiện đến tiếp dẫn. Trong kinh nói rằng: "Người trì tụng chú vãng sinh được ba mươi vạn lần, đức Phật A-di-đà sẽ thường ngự trên đỉnh đầu người ấy, bảo vệ cho họ." Ví như trong mười phương thế giới đều có người trì tụng chú này, đều có người cầu Phật, Bồ Tát tiếp dẫn vãng sinh, thì đức Phật A-di-đà làm sao có thể cùng lúc ngự nơi đỉnh đầu [những người trì chú], lại hiện đến tiếp dẫn [những người niệm Phật]?

Đáp: Mặt trời mặt trăng từ trên cao soi chiếu, có thể soi sáng cho khắp thế giới này nhưng không lo gì việc không đủ ánh sáng, huống chi là thần thông của Phật, thệ nguyện của Phật?

Hỏi: Trên pháp hội Hoa Nghiêm, Bồ Tát Phổ Hiền hiện đến ngồi nơi đạo trong nhưng các vị Bồ Tát khác cố dùng hết thần lực vẫn không thể nhìn thấy được. Nay những người vãng sinh thảy đều ở địa vị phàm phu, làm sao có thể tức thời có khả năng thấy Phật? Lẽ nào vị Phật mà họ thấy đó so với vị Phật của chư Bồ Tát nhìn thấy không khác nhau sao?

Đáp: Tướng Phật nói chung vẫn không khác, nhưng chỗ thấy của chúng sinh đều khác nhau. Người mới sinh về Cực

Lạc, bất quá chỉ nhìn thấy được tướng thô của Phật mà thôi, chẳng hạn như 32 tướng tốt, 80 vẻ đẹp, đó là tướng thô. Còn như trong kinh Hoa Nghiêm nói: "Như Lai có những tướng của bậc đại nhân nhiều như số hạt bụi nhỏ trong biển của mười hoa tạng thế giới", thì e rằng nếu không phải bậc Đại Bồ Tát sẽ không có khả năng nhìn thấy. Ví như chư thiên cùng nhau thọ dụng món tu-đà,[1] nhưng trong cùng một vật chứa mà màu sắc, mùi vị đều khác biệt [tùy theo phước đức của mỗi vị]. Lại ví như một người có bệnh với người khỏe mạnh tuy cùng nếm một món ăn, nhưng cảm nhận về mùi vị đắng, ngọt của món ăn ấy lại hết sức khác biệt. Cho nên [trong kinh Duy-ma-cật nói rằng], thế giới Ta-bà của đức Phật Thích-ca vốn cực kỳ trang nghiêm thanh tịnh, nhưng chỉ duy nhất Phạm vương Loa Kế nhìn thấy mà thôi, còn lại hết thảy những người khác [trong pháp hội] đều nhìn thấy cõi này chỉ toàn gò nổng, hầm hố, gai góc... đầy dẫy những điều ô uế. Chúng sinh thấy Phật cũng giống như vậy.

Hỏi: [Nghe nói rằng,] khi ở thế gian này có người tín tâm niệm Phật thì trong hồ bảy báu ở Cực Lạc sẽ hóa sinh một đóa hoa sen. Nếu người niệm Phật tinh tấn thì hoa sen ấy dần dần lớn lên. Ngược lại, nếu người niệm Phật thối tâm, lười nhác, thì hoa sen ấy sẽ úa tàn. Điều đó có tin được chăng?

Đáp: Điều ấy cũng dễ giải thích thôi. Ví như một tấm gương lớn, khi có vật gì được mang đến trước thì tự nhiên trong gương hiện ảnh của vật. Cứ xem như trong thành Xá-vệ có lầu gác của Thụ-đề-già, bất quá cũng chỉ được làm bằng lưu ly với bạc trắng, nhưng tường vách ở đó lại có khả năng ảnh hiện những sự việc xảy ra trong thành, huống chi là cõi báu thanh tịnh trang nghiêm của đức Phật A-di-đà? Cho nên, ở thế gian này có người niệm Phật mà ở Cực Lạc có hoa sen sinh ra là điều chẳng có gì phải nghi ngờ cả.

---

[1] Tu-đà: cũng đọc theo âm khác là thủ-đà, tô-đà, chỉ món ăn của chư thiên hoặc món cam lộ chỉ có ở cõi trời.

Hỏi: [Tôi nghe có việc] còn mang nghiệp xấu vẫn được vãng sinh; sau khi vãng sinh liền được địa vị không còn thối chuyển. Như vậy, người ta sống trong đời, các duyên thế tục còn chưa dứt hết, sao không cứ buông thả theo sự nghiệp thế gian, đợi đến lúc lâm chung rồi hãy niệm Phật cũng được?

Đáp: Cách nghĩ như thế là tà thuyết. Còn duy trì một ý nghĩ như thế, sẽ tự mình rơi vào rất nhiều sai lầm. Nói ra một lời như thế, sẽ làm cho người khác sai lầm rất nhiều.

Những kẻ xấu ác khi lâm chung quay sang niệm Phật, được vãng sinh, ắt là do sẵn có căn lành từ đời trước, lại nhờ gặp được bậc thiện tri thức dắt dẫn chỉ bày, nên khi lâm chung mới có được sự may mắn như thế. Ấy là việc trong muôn ngàn người chỉ có một mà thôi, đâu có lý nào hết thảy mọi người khi lâm chung đều được sự may mắn như thế?

Sách Quần nghi luận có nói: "Thế gian này có mười hạng người khi lâm chung không thể niệm Phật. Thứ nhất, vì chưa gặp được bạn lành khuyên dạy niệm Phật. Thứ hai, vì nghiệp duyên liên tục trói buộc thúc bách, không có lúc nào có thể niệm Phật. Thứ ba, bị trúng gió liệt người, không thể mở miệng niệm Phật. Thứ tư, bị phát bệnh cuồng loạn, không còn biết đến việc niệm Phật. Thứ năm, chết đột ngột vì gặp nạn lửa cháy, nước trôi. Thứ sáu, chết đột ngột vì gặp thú dữ như hổ, báo, sói... Thứ bảy, do bạn xấu làm lung lạc rồi mất hẳn niềm tin. Thứ tám, do ăn uống quá độ, hôn mê đến chết. Thứ chín, do chết đột ngột trong chiến trận. Thứ mười, do chết đột ngột vì ngã từ trên vách núi cao." Nếu rơi vào một trong các trường hợp ấy thì rất khó lòng niệm Phật.

Ví như chỉ bị bệnh xoàng mà chết, thì vào lúc bốn đại phân rã rồi, cũng không khỏi cảm giác như toàn thân bị dao bén cắt xẻo đau đớn, hoảng hốt khiếp sợ, đâu còn tâm trí nào để niệm Phật?

Lại ví như nghiệp duyên còn chưa dứt, những ý niệm thế

tục vẫn chưa thôi, việc nhà chưa thu xếp ổn thỏa, việc về sau chưa sắp đặt xong, do đó mà cầu thầy, bói quẻ, khiến tâm trí càng thêm não loạn, rồi vợ con kêu la than khóc rối loạn bên tai, khiến cho trong lòng không có được bất kỳ chủ trương, định hướng gì. Vào lúc ấy mà muốn cho người lâm chung thong dong niệm Phật, lại cầu cho được nhất tâm bất loạn thì thật là muôn vạn lần không thể được!

Cho nên, người xưa có câu: "Chớ đợi tuổi già lo niệm Phật, đầu xanh lắm kẻ đã xuống mồ." Lại nói rằng: "Bình thường khuyên người niệm Phật, ai cũng nói mình bận rộn. Chỉ khi quỷ vô thường đến, bận đến đâu cũng phải thôi."

Người sống trong đời chẳng có được bao nhiêu thời gian, nên nhân lúc này còn chưa già, không bệnh, trừ bỏ các duyên thế tục, hết sức tinh cần lo việc trọng yếu. Trải qua một ngày, niệm danh hiệu Phật được một ngày, đạt được một phần công phu, tu tích được một phần tịnh nghiệp. Nếu không như vậy, một khi đã mất thân người này rồi, vạn kiếp cũng khó lòng được lại. Thật đáng sợ lắm thay!

Hỏi: Đợi lúc già mới lo tu hành, như vậy tôi đã thấy rõ là vô lý. Nhưng có điều phàm phu ở giữa lưới thế tục, có việc không thể gạt bỏ hết, vậy biết làm sao?

Đáp: Người sinh ra ở thế gian, chắc chắn ai ai cũng đều phải chết. Dù có tu hay không tu, cũng chẳng thể tránh được điều đó. Nhưng nếu sống trụy lạc thì sao bằng hướng thiện, được sự siêu xuất? Chỉ cần thống thiết nghĩ đến lẽ vô thường, thì chẳng lo gì sự dụng tâm không tha thiết. Bất luận là ở trong hoàn cảnh yên tĩnh hay bận rộn, gặp phải nghịch cảnh hay thuận cảnh, đối với việc niệm Phật cầu sinh Tịnh độ cũng đều không có gì trở ngại. Ví như việc đời phải gánh vác quá nặng nề bận rộn, cũng phải chọn ra những lúc được chút rảnh rỗi mà ấn định thời khóa hằng ngày, hoặc niệm vạn lần, hoặc niệm ngàn lần Phật hiệu, đều đặn mỗi ngày không thể gián đoạn. Đối với những người cực kỳ bận rộn, thì mỗi buổi sáng sớm thực hành mười niệm,[1] không thể thiếu được.

Hỏi: Niệm Phật được nhất tâm bất loạn, từ một ngày cho đến bảy ngày ắt được vãng sinh. Ví như trong một ngày đến bảy ngày ấy đã được nhất tâm, nhưng rồi sau đó không giữ được trạng thái nhất tâm nữa, chẳng biết như vậy có được vãng sinh hay chăng?

Đáp: Nếu đã đạt được nhất tâm bất loạn, thì sau đó tâm rất ít tán loạn, nhất định không thể đến mức quá ư tán loạn. Như ngày xưa Nhan Hồi thực hành đức nhân trong ba tháng, trong ba tháng ấy tất nhiên đã là người nhân hậu. Nhưng sau ba tháng ấy, lẽ nào lại có thể trở thành người xấu ác?

Chỉ cần có thể thường xuyên tự quán chiếu, kiểm thúc trong tâm, thường phát thệ nguyện rộng sâu, thì không thể không được vãng sinh.

Hỏi: Việc niệm Phật phải nối nhau tương tục thì công phu mới miên mật thành tựu. Nhưng vào mùa hè nóng bức, phần lớn thời gian trong ngày phải cởi trần, không thể suốt ngày giữ y phục nghiêm trang tề chỉnh. Không biết rằng vào những lúc ăn uống, nằm ngồi, lúc cởi trần tắm rửa... đều có thể niệm Phật được chăng?

Đáp: Việc niệm thầm trong tâm không có trở ngại. Cho nên nói rằng: "Khi gấp rút cũng thế, lúc nguy cấp cũng thế."

Hỏi: Vào lúc nhất tâm xưng niệm danh hiệu Phật, lại cũng phát tâm cầu sinh Tịnh độ, như vậy dường như lẫn lộn cả hai tâm niệm?

Đáp: Xưng niệm danh hiệu Phật, đó là vì muốn cầu sinh Tịnh độ. Trong kinh dạy rằng: "Nên phát nguyện sinh về Cực Lạc." Lại cũng dạy rằng: "Thường xuyên trì niệm danh hiệu [Phật]." Cho nên biết rằng việc phát nguyện với niệm danh hiệu Phật,

---

[1] Xem lại phần Pháp môn trì tụng mười niệm.

thật không phải hai, chỉ là một việc. Ví như người theo đường học vấn thi cử, muốn đạt được công danh, điều đó cũng giống như cầu sinh Tịnh độ. Vì muốn đạt công danh nên dùi mài kinh sử, đọc sách làm văn, điều đó cũng giống như vì muốn vãng sinh nên niệm Phật. Trong chỗ ấy dường như có sự khác biệt phân chia khó thấy. Vì thế, việc phát nguyện cầu sinh Tịnh độ nên thực hiện vào hai thời sớm tối trong ngày, còn lúc trì niệm danh hiệu Phật thì duy trì sự chuyên nhất trong tâm, không để khởi sinh tạp niệm lẫn lộn.

Hỏi: Suốt ngày niệm Phật, gặp việc phước thiện thì làm, đó là bổn phận của người học Phật. Nhưng lúc làm việc phước thiện e không khỏi phải lưu tâm vào việc ấy, không thể duy trì việc nhớ nghĩ đến Phật hiệu, không biết như vậy có trở ngại cho sự đạt đến nhất tâm bất loạn hay chăng?

Đáp: Trong gương sáng vốn không có gì, khi vật ở trước thì trong gương liền hiện ảnh, đâu ngăn ngại gì đến chỗ không của gương? Người ta chỉ vì khi sự việc chưa đến đã lo chờ đón, sự việc đã qua rồi vẫn còn lưu giữ lại, do đó mà thành bệnh.

Hỏi: Công ơn cha mẹ thật khó báo đáp. Nếu được vãng sinh về Tây phương Cực Lạc, chẳng biết có phương pháp nào để báo ân cha mẹ hay chăng? Nhưng sinh làm người mỗi một kiếp sống đều có cha mẹ, trải qua trăm ngàn vạn ức kiếp từ vô thủy đến nay, tức là phải có trăm ngàn vạn ức người cha, người mẹ. Không biết rằng sau khi vãng sinh có thể nào nhớ lại được hết tên họ từng người, rõ biết được hiện đang ở đâu, để có thể báo ân đối với tất cả được chăng?

Đáp: Lời thế tục nói rằng: "Muốn đáp đền ân đức mẹ cha, như ngẩng đầu trông trời cao không ngần mé." Cho nên, dùng phương thức của thế tục để báo ân cha mẹ thì không thể nào báo đáp hết được. Nhưng nếu sau khi được vãng sinh rồi muốn báo ân cha mẹ thì hết sức dễ dàng. Không chỉ là báo ân một đời cha mẹ, mà dù muốn báo đáp ân đức của cha mẹ trong trăm ngàn vạn ức đời trước cũng đều có cách để báo đáp.

Người vãng sinh về Cực Lạc liền được thần thông thiên nhãn, có khả năng nhìn thấy sự việc trong vô số thế giới; được thần thông thiên nhĩ, có khả năng nghe biết âm thanh trong vô số thế giới; được trí tha tâm thông, có thể biết được tâm niệm của hết thảy chúng sinh; được trí túc mạng thông, có thể biết được việc đã từng sinh ra nơi nào, chết đi về đâu trong vô số kiếp trước, chẳng hạn như từng là người tên gì, ở đâu, thuộc dòng họ nào, xóm làng nào... cho đến hết thảy những chi tiết nhỏ nhặt cũng đều biết rõ, nhờ đó có thể bằng việc làm của mình mà báo đáp ân đức cho cha mẹ trong nhiều đời, lẽ nào lại không thể báo đáp?

Xưa Mạnh tử khen ngợi lòng hiếu của vua Thuấn, nói rằng khiến cho cha ông được làm cha của bậc thiên tử, thật tôn quý nhất; khiến cho cả thiên hạ lo việc phụng dưỡng cha, thật là sự phụng dưỡng cao cả không gì hơn. Ví như ta được vãng sinh thành vị Bồ Tát ở Cực Lạc, thì cha mẹ ta trở thành cha mẹ của Bồ Tát, chẳng phải còn tôn quý hơn [cả cha vua Thuấn] đó sao? Ví như có thể khiến cho cha mẹ được vãng sinh về Cực Lạc, y phục, thức ăn uống đều tùy ý hiện ra, được phước đức tự nhiên, tuổi thọ vô cùng, chẳng phải còn hơn xa việc thiên hạ nuôi dưỡng đó sao? Hơn nữa, mỗi nước chỉ có duy nhất một vị thiên tử, ví như có hai người con hiếu [theo cách nói của Mạnh tử], mỗi người đều muốn cho thiên hạ phụng dưỡng cha mình, ắt phải sinh ra việc mưu đồ soán đoạt, một trong hai người phải trở thành loạn thần tặc tử. Sao có thể sánh được với pháp môn Tịnh độ, người người đều có thể lo việc báo hiếu mà không hề ngăn ngại như pháp thế gian.

Hỏi: Muôn loài chúng sinh chịu khổ trong ba đường ác nhiều vô số, ta làm sao có thể cứu vớt hết được mà phát khởi lời nguyện vô nghĩa vô ích như thế?

Đáp: Bồ Tát muốn rộng độ chúng sinh thì mỗi một chúng sinh [do tạo ác nghiệp] đáng phải chịu khổ trong ba đường ác, đều thấy đó là chúng sinh mà ta phải cứu độ. Sao có thể vì thấy nhiều mà sinh tâm sợ sệt? Vì thấy nhiều mà sinh tâm chán bỏ, mỏi mệt?

Bồ Tát Địa Tạng có nguyện rằng: "Địa ngục còn chưa trống không, ta thề không thành Phật."

Mười đại nguyện của Bồ Tát Phổ Hiền, mỗi một nguyện đều lấy việc cứu độ hết tất cả chúng sinh trong pháp giới làm kỳ hạn, chưa được như vậy thì chưa tròn nguyện.

Như vậy, người tu Tịnh độ muốn vãng sinh về Cực Lạc, lẽ nào lại có thể không lấy việc quay lại Ta-bà, cứu độ hết thảy chúng sinh trong ba đường ác làm thệ nguyện của mình?

Hỏi: Những loài vật nhỏ nhít số nhiều vô kể, ví như mỗi khi nhìn thấy chúng đều phát tâm cứu độ, không biết rằng việc phát tâm như thế chẳng qua chỉ để giúp ta được tròn chí nguyện, hay là có giúp ích được gì cho những con vật ấy chăng?

Đáp: Cần phải quán xét xem việc phát tâm ấy có chân thành hay không. Nếu có thể hết sức chân thành thì không phải là vô ích cho loài vật ấy. Xét như chuyện tiền thân đức Thế Tôn là vị tiên nhẫn nhục, và chuyện tiền thân của ngài Mục-kiền-liên làm một tiều phu, thì có thể thấy được lợi ích của sự phát tâm như thế.

Đức Phật Thích-ca trong vô số kiếp trước đây từng làm một vị tiên nhẫn nhục, tu hành trong núi. Gặp lúc có vị vua đi săn, đuổi một con thú chạy qua chỗ ngài đang ngồi. Vua đuổi đến, hỏi ngài con thú chạy đường nào. Khi ấy, nếu nói thật ra thì hại chết con thú, bằng như nói sai thì phạm giới vọng ngữ. Vị tiên vì thế trầm ngâm không đáp. Vua nổi giận liền chặt đứt một cánh tay ngài. Lại tra hỏi lần nữa, vị tiên vẫn trầm ngâm không đáp. Vua liền chặt thêm một cánh tay nữa. Tiên nhân khi ấy liền phát nguyện rằng: "Sau khi ta thành Phật, sẽ hóa độ cho người này trước, không để người đời bắt chước ông ta làm ác."

Về sau, khi ngài thành Phật, trước tiên hóa độ ông Kiều-trần-như, chính là ông vua thuở trước.

Lại nữa, vào thời Phật tại thế, có những người dân trong một thành kia rất khó hóa độ. Đức Phật nói: "Dân trong thành ấy vốn có nhân duyên với Mục-kiền-liên." Liền bảo Mục-kiền-liên đến đó hóa độ. Quả nhiên, dân trong thành ấy đều nghe theo lời ngài. Mọi người thưa hỏi nguyên nhân, Phật dạy: "Trong nhiều kiếp trước, Mục-kiền-liên từng làm một tiều phu vào núi đốn củi, làm động tổ ong khiến vô số con ong hoảng loạn bay ra. Mục-kiền-liên nhân đó liền bảo chúng: "Tất cả các ngươi đều có tánh Phật, ngày sau khi ta thành đạo sẽ hóa độ các ngươi." Những người trong thành ấy chính là bầy ong thuở trước. Mục-kiền-liên trước đây từng phát nguyện cứu độ, do đó có nhân duyên với họ.

Theo như những việc ấy thì biết, không chỉ mỗi khi gặp người khác đều nên khuyên họ niệm Phật, phát khởi tâm cứu độ, mà mỗi khi nhìn thấy các loài vật, cũng nên thay chúng niệm Phật, phát tâm cứu độ chúng.

Hỏi: Niệm Phật dù chí thành nhưng chỗ niệm ấy vẫn là hữu hạn. Lấy ví dụ như có một trăm vật mạng, ta niệm một ngàn câu Phật hiệu hồi hướng cho chúng, thì một trăm vật mạng ấy đều được thọ hưởng phước báu. Ví như số vật mạng lại nhiều đến như số cát sông Hằng, lại cũng niệm một ngàn câu Phật hiệu mà hồi hướng, thì phần phước báu của mỗi con vật chẳng phải chỉ còn rất nhỏ nhặt hay sao?

Đáp: Ví như có một cây đuốc, trăm người chia nhau ánh sáng, cây đuốc ấy vẫn như cũ. Ví như lại dùng để soi sáng cho ngàn người, vạn người, cây đuốc ấy vẫn như cũ mà thôi.

Hỏi: Xưa có hai vị tăng, vào thời khóa niệm Phật thì quán tưởng tự thân mình ngồi trong hoa sen lớn, lại quán tưởng hoa sen nở ra, khép lại. Như vậy trong năm tháng thì hai vị đều được vãng sinh. Không biết rằng người niệm Phật có thể lấy cách tu ấy làm khuôn thước noi theo được chăng?

Đáp: Cũng được. Tuy nhiên, rốt lại thì phương pháp niệm danh hiệu Phật vẫn là chủ yếu.

BÀN RỘNG ĐỂ KHƠI MỞ VÀ CỦNG CỐ NIỀM TIN[1]

Lời dẫn

Đem thuyết Tịnh độ khuyên người trí tuệ sâu rộng thì rất dễ, bởi những người ấy có phước đức sâu dày từ đời trước, căn cơ khí chất đều hơn người.

Đem thuyết Tịnh độ khuyên dạy những người ít học, chân chất cũng rất dễ, vì những người ấy trong lòng không hề sẵn có thành kiến, như vị ngọt có thể hòa cùng, sắc trắng có thể tô thêm.

Nhưng chỉ riêng đối với hạng người đọc sách như bọn nhà Nho chúng ta, nếu đem thuyết Tịnh độ ra mà chỉ bày khuyên bảo thì thật không dễ chút nào. Đó là vì đã một phen thu góp lượm lặt những tri thức thiển cận mà cố kết trong lòng, nên dù có đạo nhiệm mầu cũng không muốn học, có lời tốt đẹp cũng chẳng muốn nghe.

Vì lẽ ấy, nay tôi cất công thâu thập những lời hay ý đẹp chỉ rõ mê lầm, hướng người quay về chánh tín, có thể làm sáng rõ ý nghĩa Tịnh độ, lại trích ra một số điều, lấy đó làm niềm vui Chánh pháp, đặt tên là "Khải tín tạp thuyết".

---

[1] Nguyên tác là Khải tín tạp thuyết (啟信雜說).

Bài văn khuyên tu hành[1]

Người người đều yêu mến xác thân, mấy ai biết được thân là gốc khổ? Mỗi giây mỗi phút đều tham muốn mưu cầu khoái lạc, chẳng biết rằng chỗ khoái lạc ấy là nguyên nhân của khổ. Kiếp người như mây nổi thoáng qua, nào có bền lâu? Thể chất huyễn ảo vốn không kiên cố, thảy đều diệt mất. Người sống thọ không quá tám, chín mươi, kẻ yểu mạng đôi, ba mươi đã chết. Sống ngày nay chẳng biết việc ngày mai, lên giường ngủ sáng ra không dậy nữa. Thở ra không hẹn thở vào, ngay lúc ấy đã ngàn thu vĩnh biệt. Thân giả tạm này thật chẳng đáng ngợi khen, sao chẳng ai thoát khỏi sự dối lừa của nó?

Gân cốt ràng rịt giữ lấy bộ xương bảy thước, một lớp da bao bọc khối thịt hồng; tóc, lông, răng, móng... cùng gồm chung một gò vô chủ; trong thân chứa đầy những nước mắt, nước mũi cùng đờm dãi, nhơ nhớp như hố xí.

Mùa đông rét buốt, mùa hè nóng bức, mỗi năm đều chịu đựng như trong cơn sốt rét; muỗi, mòng, chấy, rận... đua nhau chích đốt, tháng tháng sống chung cùng giòi bọ vây quanh.

Tấm thân này thật không thể yêu chuộng đắm say, mong mọi người sớm nguyện thoát lìa. Vì sao kẻ mê muội còn đắm chuyện phong lưu, người u tối càng sinh điên đảo? Trên đầu một khối xương sọ, có người lại cài hoa giắt lá điểm tô; thân như đẫy da chứa đầy xú uế, lắm kẻ thường thoa hương trát phấn nâng niu. Lụa là phủ che túi máu mủ, gấm vóc bao kín bọc phẩn dơ. Tận dụng trăm mưu ma chước quỷ, những mong sống mãi ngàn năm; nào hay khi đầu váng mắt hoa, vua Diêm-la đã sớm triệu hồi; hoặc vừa lúc tóc bạc răng rụng, quỷ vô thường vội vàng tìm đến.

Người người luyến mê tài sắc, đều là cách nhanh nhất đánh mất thân người. Ngày ngày đắm say rượu thịt, khác nào trồng

---

[1] Nguyên tác là "Khuyến tu hành văn" (勸修行文) của Nhan Bính, hiệu Như Như Cư sĩ.

sâu gốc địa ngục. Trước mắt mưu cầu khoái lạc nhất thời, cay đắng khổ đau muôn vạn kiếp. Một khi mạng sống vừa dứt, bốn đại phân rã như dao bén cắt xẻo toàn thân đau đớn, bên ngoài tay chân rời rã, bên trong gan ruột xé lìa. Ví bằng vợ con đớn đau than khóc, cũng không sao lưu giữ; dù cho thân quyến cốt nhục đủ đầy trước mắt, nào ai thay chết được chăng?

Khi sinh ra uổng khóc gào vô ích, lúc chết đi thần thức vội lìa. Đường trước mịt mờ tăm tối, nhìn quanh cô độc một thân. Qua cầu Nại-hà,[1] cảnh nhìn thấy bi thương đau đớn; vào Quỷ môn quan, lòng tự nhiên thê thảm đớn đau. Lìa dương thế vừa được bảy ngày, chốn âm ty đã trải qua mọi chốn. Phán quan xét xử chẳng nương tình, ngục tốt y lệnh nghiêm mặt sắt. Kẻ làm thiện được lên cõi trời, người. Người tạo ác giải ngay vào địa ngục. Ngày trước thường nói nhân quả là chuyện hoang đường, lúc này mới biết việc báo ứng không mảy may sai chạy.

Gương nghiệp soi mọi sự rõ ràng, chốn âm ty muôn phần khổ sở. Núi đao rừng kiếm, chịu đựng khôn xiết vạn nỗi đớn đau. Mang lông đội sừng, đền trả chưa hết biết bao nợ cũ. Cứ cho là gan dạ anh hùng, cũng không khỏi cúi đầu trước quỷ tốt. Kẻ báng Phật phá Tăng, rốt cùng phải quỳ trước Diêm vương chịu tội.

Hồn phách dù đã về âm giới, thi hài còn nằm giữa áo quan. Hoặc giữ lại qua ba ngày, năm bữa; hoặc kéo dài sáu, bảy tháng ròng. Da thịt thối rữa sinh bao giòi bọ, máu mủ rỉ ra, mùi hôi thối tận trời khắp đất. Nhà nghèo khó, vùi xác dưới một gò nơi đồng nội. Kẻ giàu sang, gửi thân nơi núi hoang xa vạn dặm. Sinh thời hồng nhan diễm lệ, nay hóa thành tro cốt lạnh tanh. Một nắm xương tàn cô quạnh, dần nát thành bụi bặm cõi trần. Bao nhiêu ái ân ngày cũ, giờ đây hết thảy đều không. Hào kiệt anh hùng thuở

---

[1] Theo niềm tin của người Trung Hoa xưa thì sau khi chết người ta phải đi ngang qua cầu Nại Hà, là chỗ giao nhau giữa hai cảnh giới âm dương. Qua cầu Nại Hà là bước vào cõi âm. Nguyên tác dùng Nại Hà ngạn (奈何岸), nghĩa là bờ bên kia cầu Nại Hà.

trước, nay biết về đâu? Cỏ xanh dần che bia đá, cành dương phơ phất giấy tiền. Xét đến cùng, nào ai tránh được cảnh ấy?

Nếu muốn thoát khỏi luân hồi, phải mau quay về Chánh giác. Thôi hướng hang quỷ tìm đường sống, phải biết trong thân sẵn tánh linh. Dù nam hay nữ đều có thể tu, kẻ tăng người tục, pháp phần đều sẵn. Gấp rút tìm đường thoát khổ, phải nghĩ đến thân đời sau nữa. Nếu chẳng quay đầu, sao tránh khỏi trong mơ khởi mộng. Nếu mãi ngày này chờ sang ngày khác, thoắt chốc đã luống tuổi xuân; khiến người sau lại khóc người sau nữa, dần dần xương trắng thành non.

Khéo niệm Di-đà, đài vàng Cực Lạc sẵn chờ. Diêm chúa vô tình, đừng chuốc lấy cực hình địa ngục. Bỏ ác làm thiện, dứt quá khứ dựng lại tương lai. Giữa đại chúng tuyên dương Chánh pháp, nơi gia đình giảng thuyết đạo mầu. Sao cho chốn chốn đều tỏ ngộ, người người cùng thoát khỏi trầm luân.

Lời Phật dạy nếu không tin nhận, còn ai đáng tin hơn? Làm người nếu chẳng gắng tu, sinh đường khác muốn tu rất khó. Mong sao hết thảy mọi người, nghe qua rồi tin nhận thực hành ngay, chớ để một đời này trôi qua uổng phí.

Chướng ngại của lý còn nặng nề hơn cả tham dục

Những người mù lòa bẩm sinh thì không biết đến hình dạng con voi. Xưa có ông vua, một hôm cho tập trung những người bị mù bẩm sinh lại và hỏi: "Các ông có muốn biết hình dạng con voi hay chăng?" Những người mù đều thưa là muốn biết. Vua liền sai người quản tượng dắt một con voi ra trước sân, rồi bảo những người mù ấy cùng đến lấy tay sờ voi.

Sau khi họ đã sờ voi xong, vua hỏi: "Các ông bây giờ đã biết được hình dạng con voi hay chưa?" Tất cả đều nói là đã biết. [Vua liền bảo họ mô tả.]

Người sờ mũi voi nói: "Con voi [đầu to đầu nhỏ] giống như cây đàn [tỳ bà]." Người sờ dưới chân voi nói: "Con voi giống như cây cột đình." Người sờ lưng voi nói: "Con voi giống như cái nhà." Người sờ bên sườn voi nói: "Con voi giống như tấm vách." Người sờ tai voi nói: "Con voi [tròn, mỏng] như cái sàng." Người sờ đuôi voi nói: "Con voi giống như cái chổi lớn."

[Những người mù ấy,] mỗi người tin theo một cách, ai cũng cho rằng mình nói đúng, ra sức tranh cãi không thôi với những người khác. Họ cãi nhau không ngừng, cho đến cuối cùng xông vào đánh nhau. Nhà vua liền cười nói: "Các ông đều chưa biết được hình dạng con voi. Người nói cây đàn, đó là mũi voi; người nói cột đình, đó là chân voi; người nói cái nhà, đó là lưng voi; người nói tấm vách, đó là sườn voi; người nói cái sàng, đó là tai voi; người nói cái chổi, đó là đuôi voi."[1]

Những người mù nghe vua nói tuy không dám cãi lại, nhưng trong lòng vẫn tin rằng chỗ sờ biết của mình là chính xác không sai, hết sức oán hận những người khác đều đã nói sai về con voi. Do đó nên những người mù này suốt đời không thể nào biết được chính xác về hình dạng con voi.

Ví như trước đó đừng cho họ lấy tay sờ biết về con voi, hẳn là chỉ cần mô tả đôi lời đã có thể giúp họ biết được hình dạng con voi như thế nào, đâu đến nỗi phải có sự tranh chấp không thôi. Chỉ vì một khi đã có được sự mô phỏng của riêng mình, những người ấy đều cho rằng tự mình đã thể nghiệm được chính xác điều ấy bằng tay, hoàn toàn không có gì phải nghi ngờ nữa, liền đem cái biết ấy cố kết thành một định kiến kiên cố trong tâm, không thể nào xóa bỏ đi được.

Cho nên, người không đọc sách Nho, nếu được nghe dạy pháp môn Tịnh độ thì cho dù chưa tin nhận cũng không đi đến mức phỉ báng. Nhưng một khi đã đọc qua ít nhiều sách

---

[1] Câu chuyện này có xuất xứ từ kinh Đại Bát Niết-bàn, được đức Phật dùng để ví cho sự nhận biết sai lầm, phiến diện của hết thảy chúng sinh về tánh Phật.

vở Nho gia, liền cho đó là chân lý chính xác nhất, dựa vào cái biết hạn hẹp của mình mà huyênh hoang tự đắc, cho rằng pháp môn Tịnh độ kia bất quá cũng chỉ là những lời dạy của riêng nhà Phật, [không sánh được với thánh hiền Nho gia]. Vì thế mà những lời thành thật lại bị xem như thuyết hoang đường, nước cam lộ quý báu lại bị xem như rượu độc.

Vì thế mới nói rằng, sự chướng ngại của lý lẽ [cố chấp] còn nặng nề hơn cả tham dục.

Trước phải tin có ba đời

Có những người học theo sách Nho, vì không tin có kiếp trước, đời sau, nên mới không tin nhận thuyết Tịnh độ. Thật không biết rằng, kiếp trước đời sau cũng giống như chuyện hôm qua với ngày mai, đều là vốn tự sẵn có, không phải do nhà Phật tạo tác ra. Cũng giống như các cơ quan nội tạng: tim, gan, thận, phổi... đều sẵn có trong người bệnh nhân, sao có thể vì những thứ ấy được thầy thuốc mô tả rồi cho rằng đó hẳn là những vật thể trong giỏ thuốc của họ?

Văn Xương Đế quân vừa mở đầu bài Âm chất văn đã nói: "Ta trải qua 17 đời đều làm kẻ sĩ có quyền thế." Theo lời ấy thì rõ ràng đã có kiếp trước, đời sau. Những người theo đường khoa cử công danh, ai cũng phải qua sự chưởng quản của ngài, lẽ nào lời nói ấy của ngài lại không đủ để tin nhận hay sao?

Sau phải tin sâu lý nhân quả

Người học Nho nếu không tin nhân quả, đó không phải là không tin Phật dạy, mà chính là không tin vào học thuyết của Nho gia.

Kinh Dịch [của Nho gia] nói: "Nhà làm việc thiện ắt có thừa niềm vui, nhà làm việc ác ắt gặp nhiều tai ương." Kinh Thư [của

Nho gia] cũng nói: "Người làm việc thiện thì ban cho trăm điều tốt lành. Người làm việc xấu ác thì giáng xuống trăm tai họa."

Theo đó, làm thiện hay làm ác chính là gieo nhân, gặp việc tốt lành hay tai ương, chính là gặt quả, [chỉ là cách diễn đạt khác nhau giữa Nho và Phật đó thôi.] Cũng giống như gọi là "mặt trời" hay "vầng thái dương", cũng đều là chỉ chung một sự vật.

Cho nên [trong đạo Phật] nói: "Muốn biết nhân đời trước, hãy xem quả đời này." Nếu người ta tin vào thuyết nhân quả như thế thì tự nhiên không dám làm việc ác, bằng như cho rằng chuyện báo ứng chỉ là hoang đường, liền ưa thích làm chuyện dối trá, lường gạt người khác, không phải kiêng sợ gì cả.

Ví như trong một xóm làng, có một người tin nhân quả nên làm một điều thiện; một vạn người tin theo như vậy sẽ tăng thêm một vạn điều thiện. Ngược lại, có một người không tin nhân quả, làm một việc ác; một vạn người không tin như thế, sẽ tăng thêm một vạn điều ác.

Cho nên mới nói rằng: "Người người đều tin nhân quả, đó là con đường hết sức thịnh trị cho xã hội; người người đều không tin nhân quả, đó là con đường đại loạn cho xã hội."

Khổng tử nhất định đã từng nói qua về thuyết ba đời

Về thuyết có ba đời,[1] khảo cứu trong kinh thư, sử sách thấy ghi chép rất nhiều, nhưng theo chỗ thấy biết của người đời nay thì lại không giống nhau.

Người học theo đạo Nho, chỉ vì cho rằng Khổng tử chưa từng nói qua thuyết ấy, nên tự họ cũng không đề cập đến. Tuy nhiên, có thật là Khổng tử không nói ra thuyết ấy chăng?

---

[1] Thuyết có ba đời: nghĩa là tin có đời hiện tại, đời quá khứ trước đây và đời tương lai sau khi chết sẽ tái sinh.

Nếu nói rằng Khổng tử không biết đến thuyết ba đời thì ông ấy thật chưa đáng xem là bậc thánh nhân. Trong một bộ Luận ngữ [có mười hai ngàn bảy trăm chữ, mà] những lời do chính Khổng tử nói ra cũng chỉ có tám ngàn năm trăm lẻ ba chữ mà thôi. Như vậy, những điều Khổng tử nói ra mà không được ghi chép truyền lại cho hậu thế hẳn phải rất nhiều.

Nếu như đợi nhìn thấy ghi chép trong kinh sách [của Nho gia] rồi mới tin, hẳn là trong Tứ thư, Ngũ kinh, Khổng tử chưa từng nói đến cha mẹ của ông ấy, thì người học Nho cũng tránh không nói đến cha mẹ mình; Khổng tử chưa từng nói đến anh em của ông ấy, thì người học Nho cũng tránh không nói đến anh em mình; Khổng tử chưa từng nói đến nhà cửa ruộng đất của ông ấy, thì người học Nho cũng tránh không sống trong nhà cửa, phát triển sản nghiệp.

Không chỉ là vậy, cho đến bốn món nhu yếu của sự viết lách là giấy, bút, mực và nghiên mực, Khổng tử cũng chưa từng nhắc đến, vậy ngày nay tập viết chữ là sai rồi. Hơn nữa, ngoài các loại áo mỏng mùa hè, áo lông cừu mùa đông, Khổng tử cũng chưa từng nói đến các loại y phục kèm theo, vậy phải cho rằng ngày nay mặc quần là sai. Ngoài ra, như tích trượng làm ra ở Giang Nam, nhà Nho không nên sử dụng, bột màu ở Tây Thục, nhà Nho không nên dùng để vẽ. Vì sao vậy? Vì Khổng tử chưa từng nhắc đến những thứ ấy trong kinh sách Nho gia.

Nay chỉ xét những điều được truyền dạy trong kinh sách Nho gia, như Khổng tử dạy người hiếu kính cha mẹ, hòa thuận với anh chị em, thì nhà Nho lại không làm theo; Khổng tử dạy người trung thực khoan thứ, thì nhà Nho lại không trung thực khoan thứ. Khổng tử chưa bao giờ dạy người cờ bạc, thì nhà Nho bây giờ lại ưa thích các trò cờ bạc. Toàn thấy những việc như Khổng tử chưa bao giờ dạy làm thế này, thế kia... thì nhà Nho lại chạy theo làm những việc thế này, thế kia... như vậy là thế nào? Nói ngắn gọn một câu, đó là [học mà] không có sự suy xét.

Người có trí đừng nhận về mình mạng sống ngắn ngủi

Con người xét đến chỗ ban sơ vốn không có sự chết. Danh từ "chết" chẳng qua chỉ do nơi thân xác thịt này mà có. Nhưng thân xác thịt tuy có biến đổi, bản tính chân thật của ta lại chưa từng biến đổi.

Ví như người đi xa, có lúc chèo thuyền, có lúc ngồi kiệu, lại có lúc cưỡi ngựa, có lúc lái xe... [phương tiện thay đổi đủ loại, nhưng người không hề thay đổi]. Thuyền, kiệu, ngựa, xe... ấy chính là thân xác thịt, mà người chèo thuyền, ngồi kiệu, cưỡi ngựa, lái xe, ấy chính là bản tính chân thật.

Nếu xét theo thân xác thịt thì có dài lâu cũng không quá trăm năm, nhưng nếu xét về bản lai diện mục của chúng ta thì đâu chỉ là dài lâu như trời đất [mà còn hơn thế nữa]. Lắng lòng suy xét việc ấy, thật không có gì vui thú hơn.

Người đời nay không tin có kiếp sau, đó là chỉ biết tấm thân xác thịt mà không biết có bản tính chân thật. Như thế rõ ràng là tự nhận lấy về mình tuổi thọ ngắn ngủi, cũng là theo quan điểm sai lầm rồi vậy.

Người có trí không nên khép chặt quan điểm

Trong nhận thức của người nông dân nghèo thường không biết đến sinh hoạt của nhà giàu có; trong nhận thức của nhà giàu có, lại không biết đến sinh hoạt của bậc đế vương. Tuy cùng ở trong cõi người nhưng các giai cấp sang hèn, cao thấp đã khác biệt nhau rất xa, huống chi đem so con người với chư thiên cõi trời, hoặc đem cõi trời so với Tịnh độ của chư Phật.

Người ta cho rằng kẻ đọc sách nhiều hẳn chỗ thấy biết phải rộng. Nhưng không biết rằng [có những trường hợp] càng đọc sách thì chỗ thấy biết càng thêm hẹp hòi. Đó là vì cố chấp vào những kiến thức đã được tiếp nhận trước, cố kết trong lòng thành định kiến không thể xóa bỏ, thay đổi.

Nói chung, chỗ thấy biết của người ta, bất quá cũng chỉ nằm trong phạm vi của một cõi nước, không biết rằng số lượng thế giới thật nhiều không cùng tận, số lượng mặt trời, mặt trăng cũng không thể cùng tận. Người thiển cận thì chỉ biết con người ban đầu vốn sinh ra từ đời Bàn Cổ, nhưng không biết rằng từ thuở kiếp sơ thế giới vừa thành lập, từ khi Đại Bình Đẳng Vương khai sáng đất nước trở về sau, đến nay đã trải qua đến tiểu kiếp thứ chín rồi; chỉ biết riêng một xứ sở này, gọi tên là Trung Hoa, nhưng không biết chỉ trong một châu Diêm-phù-đề, chỗ mà mình tự gọi là Trung Hoa đó, vốn thật có đến mười sáu nước lớn, năm trăm nước ở hạng trung bình và mười vạn nước nhỏ; chỉ biết con người sống được đến tuổi bảy mươi đã gọi là "xưa nay ít có", không biết rằng từ thuở kiếp sơ con người vốn đã sống trung bình đến tám vạn bốn ngàn năm mới chết; chỉ biết ở nơi đây muốn có y phục, thức ăn uống đều phải vất vả cày ruộng dệt vải, không biết rằng nơi các cõi trời hay cõi Tịnh độ của chư Phật thì chỉ cần nghĩ đến các nhu cầu ấy đã tự nhiên hiện ra; chỉ biết rằng vàng bạc tiền của ở cõi này muốn có được thật hết sức khó khăn, không biết rằng nơi các cõi Phật trong mười phương, mặt đất đều bằng bảy báu tạo thành; chỉ biết chữ viết ở cõi này theo pháp lục thư[1] của Thương Hiệt tạo thành, không biết rằng từ sau khi sáng lập thế giới, vốn đã có đến sáu mươi bốn cách viết chữ; chỉ biết được đôi ba quyển sách như Tả truyện, Quốc ngữ, Sử ký, Hán thư... đã vội cho là bậc tôn quý văn chương uyên bác, không biết rằng trên điện Phổ Quang Minh, rương hòm chứa sách chất cao như núi; chỉ biết xác thân xương thịt của con người đều do tinh cha huyết mẹ hòa hợp mà

---

[1] Lục thư: Sáu nguyên tắc chế tác chữ viết, bao gồm: tượng hình, chỉ sự, ngôn ý, hình thanh, chuyển chú và giả tá. Chữ viết của Trung Hoa (chữ Hán) được hình thành theo sáu nguyên tắc này.

thành, không biết đến việc thể chất gửi vào thai sen, sinh ra ở cõi thơm tho tinh khiết tột cùng, hoàn toàn không từ bụng mẹ mà ra; chỉ biết cưới được một cô vợ gầy còm vàng vọt liền hết sức thương yêu chiều chuộng, trân quý như vàng như ngọc, ngày đêm thích thú lắng nghe tiếng oanh vàng thỏ thẻ; đâu biết rằng khi Chuyển luân vương ngự giá, ngoài nàng ngọc nữ là vợ chính ra, còn có đến hai vạn phu nhân diễm lệ theo hầu, đến như Thiên vương ở cõi trời Đao-lợi thì riêng số ngọc nữ đã tính lên đến hàng vạn ức; bên cạnh mỗi một nàng ngọc nữ ấy đều hóa hiện một thân của Thiên vương để hưởng sự vui thú; chỉ biết rằng con người là loài tối linh trong muôn loài, có thể giúp dật vào sự khai hóa, nuôi dưỡng của trời đất, đâu biết rằng con người bất quá cũng chỉ là một trong sáu đường luân hồi, là một trong bốn cách sinh ra, là một pháp giới trong mười pháp giới; chỉ biết tôn sùng một vài bậc thánh nhân liền cho đó là những bậc không ai sánh kịp, ngoài ra hết thảy những thánh thần nào khác đều một mực cho là không đáng để tin theo, một mực cho rằng những gì mình chưa từng nhìn thấy đều là chuyện hoang đường, không biết rằng mỗi một đất nước đều có một số vị thánh nhân chủ trì sự giáo hóa, nhân loại có nhiều đất nước, trong cõi Diêm-phù-đề có tất cả đến sáu ngàn bốn trăm chủng tộc khác nhau, đâu chỉ riêng ở đất nước Trung Hoa mới có thánh nhân!

Than ôi! Những cảnh giới rộng lớn bao la như thế, những kẻ chỉ biết chạy theo âm thanh, hình sắc, tiền tài vật chất, sao có thể hé thấy được đôi chút trong đó? Ví như con giun đất, chỉ biết được niềm vui ăn đất trong phạm vi một thước, không biết đến rồng xanh quẫy vọt giữa biển lớn, vẫy vùng trong muôn đợt sóng. Lại ví như con bọ hung, chỉ biết được niềm vui chui rúc trong đống phẩn dơ, không biết đến chim đại bàng vỗ cánh bay xa chín vạn dặm, cưỡi gió đạp mây.

Cho nên, người học Phật cần phải có được cái nhìn hết sức sáng suốt.

Kinh điển đạo Phật nhất định phải đọc qua

Các loài gà, chó, trâu, dê... chỉ có thể kêu thành tiếng mà không biết nói, nếu đem so với con người biết nói thì khả năng nói được của con người thật quý báu. Những người mù chữ, chỉ có thể nói mà không thể viết, nếu so với người có học được dăm ba chữ, có thể viết thư từ liên lạc giao tiếp với người phương xa, thì người học được ít chữ đó cũng đã là rất đáng quý. Người học được dăm ba chữ kia, tuy có thể viết ra để thay lời nói, nhưng không thể viết ra được những lời nói lên được suy nghĩ, tâm ý của trăm ngàn người, cũng không thể lưu lại những gì đã viết ra cho đến trăm ngàn năm sau. Nếu có thể học rộng biết nhiều, thông suốt chuyện xưa nay, viết thành sách để lại cho đời sau, ắt có thể chỉ một quyển sách được in ấn ra thành trăm ngàn quyển sách, một quyển sách có thể lưu lại cho đến trăm ngàn năm sau, người như thế lẽ nào lại chẳng đáng quý hơn nữa sao?

Tuy nhiên, đó cũng chỉ là sách vở thế gian mà thôi. Nếu như ngoài những sách của Nho gia, có thể mở rộng đọc qua những Kinh điển của Phật, ắt đối với những việc khắp trên trời dưới đất, kiếp trước đời sau, cho đến [sách vở trong] kho tàng dưới biển sâu nơi Long cung, thảy đều có thể biết qua đại lược, như vậy sự thấy biết chẳng phải sâu rộng lắm sao?

Nhưng cho dù sự thấy biết đã là sâu rộng, nếu không tìm được một con đường thẳng tắt để vượt thoát ra khỏi ba cõi, hẳn là đối với hạt giống Bồ-đề vẫn còn chưa có phần.

Ví như có thể rộng hiểu được Kinh tạng, lại gặp được pháp môn Tịnh độ và hết sức tin nhận, kính cẩn thực hành theo, thì trí tuệ, phước đức của người ấy nhất định không phải chỉ tích lũy được trong năm, ba đời mà còn nhiều hơn thế nữa.

Có người nêu nghi vấn rằng: "Những văn tự trong kho tàng dưới biển sâu nơi Long Cung, tuy có liên quan đến những lời dạy chân thật của đức Như Lai, nhưng vì sao người học Nho không tin là thật?" Đáp rằng: "Những chuyện về vua Nghiêu, vua Thuấn, vua Vũ nhà Hạ, vua Thang nhà Thương, cho đến Văn vương, Vũ vương nhà Chu, nếu đem ra nói với những người không biết chữ thì họ cũng đều cho là hoang đường." Cho nên, đối với Kinh điển đạo Phật, quả thật nhất định không thể không đọc.

Ngài Huyền Trang khơi dậy và củng cố niềm tin

Người đời vì thấy có những ông tăng không giữ theo giới hạnh nên khởi tâm khinh miệt, không tin vào pháp môn Tịnh độ. Như vậy thật sai lầm. Như thế cũng giống như thấy đạo sĩ tư cách không ra gì lại khinh khi Lão tử; thấy nhà Nho hư hỏng lại xem thường Khổng tử.

Người có trí vốn đã không nên dựa nơi tư cách con người mà đánh giá, bác bỏ lời nói của họ, huống chi lại có thể dựa vào tư cách kém cỏi của những kẻ theo học mà khinh chê Giáo pháp?

Thuở xưa, vua Đường Thái Tông có lần thưa với Pháp sư Huyền Trang: "Trẫm có ý muốn dâng lễ trai tăng, nhưng nghe rằng có nhiều vị tăng không đủ giới hạnh, vậy phải làm thế nào?"

Ngài Huyền Trang đáp: "Đất Côn Sơn có ngọc quý, cũng nằm lẫn trong bùn, cát; huyện Lệ Thủy[1] có vàng, lẽ nào ở đó không có ngói gạch, đá sỏi? Đất sét hoặc gỗ dùng tạo tượng La-hán, khởi tâm cung kính ắt được phước; đồng, thiếc đúc thành tượng Phật, người hủy hoại nhất định có tội. Rồng nặn bằng đất sét tuy không thể làm mưa, nhưng muốn cầu mưa phải dùng rồng đất ấy. Những ông tăng phàm tục tuy không thể ban phúc, nhưng muốn cầu phúc phải biết kính trọng họ."

Vua Đường Thái Tông nghe qua lời ấy thì kinh hoảng, thưa

---

[1] Lệ Thủy: Một huyện thuộc tỉnh Chiết Giang, Trung Quốc.

rằng: "Trẫm từ nay về sau dù gặp chú sa-di nhỏ cũng xin cung kính như Phật."

Đáng khen thay, vua Đường Thái Tông cố nhiên đã sẵn có phước lành đời trước, nên chỉ dạy qua một lần liền tỉnh ngộ, nhưng ngài Huyền Trang cũng quả thật là bậc chân sư, khéo khơi dậy và củng cố niềm tin cho người.

Nên sinh tâm chán lìa thân xác thịt này

Người ta sống ở đời bị tám nỗi khổ thay nhau hành hạ, nhưng không tự biết đó là khổ, ngược lại còn cho là vui thú, tựa hồ như từ nơi cảnh khổ lại càng lún sâu vào khổ, vĩnh viễn không có hạn kỳ thoát ra.

Hãy nói về nỗi khổ sinh ra chẳng hạn. Bào thai sống trong lòng mẹ, phía dưới vùng gan, ngực, bên trên vị trí ruột già, như một lớp màng bọc chứa nước, rồi dần dần hình thành như một bọc kín, không thể tự do di chuyển. Khi người mẹ ăn thức ăn nóng, thai nhi cảm giác như bị tắm nước sôi; khi mẹ uống nước lạnh, thai nhi cảm giác như nằm trên băng giá.

Nơi ở trong bụng mẹ vốn đã không sạch sẽ, thực phẩm nuôi dưỡng qua máu huyết người mẹ cũng chẳng thanh tịnh. Thời gian ở trong thai không quá ba trăm ngày, nhưng sự khổ não phải trải qua cũng tương đương như hàng mấy chục năm.

Từ thụ thai đến vừa tròn tháng, phải chịu nỗi khổ đảo ngược hình thể, đầu quay xuống hướng về cửa mình người mẹ. Hình chất lớn dần [cho đến khi đủ ngày đủ tháng, lúc ấy] muốn thoát ra nhưng không thể được. Đây là lúc thai nhi có nhiều nguy cơ tử vong, mà cũng là lúc người mẹ chịu nhiều nguy hiểm nhất. Khi bà đỡ dùng tay kéo ra, thai nhi có cảm giác đau đớn như thân thể bị xé tung thành nhiều mảnh.[1] Vì thế nên bất kỳ đứa trẻ nào khi vừa sinh ra cũng đều lớn tiếng kêu khóc.

---

[1] Nguyên tác dùng 車裂 (xa liệt), chỉ một hình phạt tàn khốc ngày xưa, dùng 5 cỗ xe kéo cùng lúc về 5 hướng để xé nát thân thể tội nhân.

Lúc vừa sinh ra, phải nằm lăn trong phẩn dơ hôi hám, chưa hề biết đến hổ thẹn. Cho dù con nhà đại phú đại quý cũng là như vậy; cho dù bậc đại thánh đại hiền cũng là như vậy. Người đời chỉ vì quen với những điều như thế nên xem như việc đương nhiên, vì thế không hề biết được. Nếu có thể trong đêm khuya tĩnh lặng suy xét lại, lẽ nào chẳng thấy là đáng thương, đáng thẹn lắm sao?

Đức Đại Thánh Như Lai rủ lòng thương xót thế gian nên dạy người cầu sinh Tịnh độ, được hóa sinh từ hoa sen, thoát khỏi những nỗi khổ này. Vì sao ta còn đắm say trong trần tục mê lầm, không sinh tâm chán lìa thân xác thịt?

Người con hiếu thảo không muốn vào thai

Khi thần thức nhập thai, không chỉ tự mình chịu nhiều khổ não, mà người mẹ cũng phải chịu vô vàn đau khổ. Không bàn đến việc mang thai mười tháng thì mỗi ngày đều dài dằng dặc như một năm, đến lúc sinh ra thì người mẹ cũng phải chịu đủ điều thống khổ, hổ thẹn cũng như xấu hổ khó nói hết. Mỗi giây mỗi phút đều cận kề cái chết, mỗi một ý niệm đều chỉ cầu mong sống sót. Như may mắn vượt qua được sự khó khăn khi sinh nở, liền yêu quý con thơ như bảo bối. Vì thế nên lúc nào cũng bên ướt mẹ nằm, bên ráo con lăn, nuôi nấng bồng ẵm cho đến trưởng thành, tinh huyết một đời âm thầm cạn kiệt.

Thuở xưa có vị sa-di, năm lên bảy tuổi đã xin mẹ xuất gia học đạo. [Chuyên cần tu tập, đến năm 8 tuổi] chứng được đạo quả, thấy biết việc đời trước. Nhân khi nhìn thấy việc đời trước liền than rằng: "Chỉ một thân này của ta mà làm khổ lụy đến năm người mẹ! Trong đời thứ nhất, khi ta ra đời thì bên nhà hàng xóm cũng có người sinh con. Ta lại chết sớm, mẹ ta nhìn thấy con của người hàng xóm trưởng thành mà đau buồn khổ sở. Qua đời thứ hai ta sinh ra chưa được bao lâu thì chết, mẹ ta mỗi khi nhìn thấy người khác cho con bú thì lại nhớ đến ta, đau buồn khôn xiết. Sang đời thứ ba, ta được mười tuổi thì chết. Mẹ ta mỗi khi thấy những đứa trẻ cùng tuổi ăn uống thì lại nhớ đến ta, đau khổ vô cùng. Sang đời thứ tư, ta chưa đến tuổi lấy vợ thì đã chết. Mẹ ta mỗi khi nhìn thấy những người bằng tuổi ta cưới vợ thì lại nhớ ta mà sinh tâm đau buồn. Nay là đời thứ năm, ta vừa được bảy tuổi đã xin xuất gia học đạo, mẹ ta ở nhà nhớ mong, lại cũng sinh tâm đau buồn. Ta quán xét cõi luân hồi sinh tử thật mê lầm, làm khổ lụy đến người thân như thế, nên phải chuyên cần tinh tấn tu tập Chánh đạo."

Nay trên đường đời người chen chúc nhau, tới lui không ngớt, đa phần đều là những kẻ gây khổ lụy cho cha mẹ, còn những người có thể báo đáp thâm ân cha mẹ, nào có mấy ai?

Một lần sinh ra trong đời là một lần gây khổ lụy cho cha mẹ. Sinh ra trăm, ngàn đời tức là gây khổ lụy cho trăm, ngàn cha mẹ. Nếu có thể siêu thoát vượt ngoài thế gian, được hóa sinh từ hoa sen [nơi Cực Lạc], thì vĩnh viễn không còn gây khổ lụy cho cha mẹ nào nữa, như vậy chẳng phải là bậc đại hiếu trong hàng đại hiếu đó sao?

Ngày nay những kẻ hủy báng Phật pháp, ngược lại cho rằng người xuất gia là bất hiếu. Những kẻ ấy chính là cam tâm tiếp tục việc vào thai, gây khổ lụy mãi cho cha mẹ.

Bậc tôn quý nên tự biết hổ thẹn

Người đáng gọi là tôn quý, không phải do chức vụ cao, tước vị lớn hay học nhiều biết rộng, mà chính là những người có khả năng trừ bỏ được sự thấp hèn, là người trừ bỏ được những sự đê tiện hèn kém, vốn khiến cho con người trở nên giống như loài cầm thú.

Sự đê tiện hèn kém đó là gì? Đó chính là những sự tham lam, dâm dục, giết hại, trộm cướp, là những điều khiến con người trở nên giống như cầm thú. Ngoài những điều ấy ra, còn có điểm đáng xấu hổ nhất là bao nhiêu thứ cho vào trong bụng đều hóa thành phần dơ hôi thối. Cho dù có là những món ăn trân quý trăm mùi vị, một khi vừa nuốt qua cổ họng liền hóa thành nhơ nhớp không khác gì đờm dãi. Khi nuốt sâu vào bụng, liền có những ký sinh trùng màu vàng chờ đón trong đó để ngày đêm ăn nuốt. Trải qua một ngày đêm thì tiến trình tiêu hóa đã xong, đưa sang ruột già đã có mùi hôi thối không ai muốn đến gần. Khi đã tích chứa đầy bụng, liền phải thoát ra theo đường đại tiện. Lúc bắn vọt ra ngoài, mùi hôi thối cũng không khác gì phần của loài heo, chó. Sự hèn kém như thế, như vướng phải một lần đã hết sức xấu hổ, sao có thể chịu đựng mỗi ngày đều như thế? Nếu mỗi ngày đều như thế mà không tự biết, không phát tâm chán lìa thì có khác gì loài cầm thú ngu si.

Cho nên, người biết suy xét phải lấy đó làm việc tự oán tự dừng, mỗi giây mỗi phút đều muốn trừ bỏ đi những sự đê tiện hèn kém ấy, như thế mới đáng gọi là bậc đại nhân tôn quý.

Chư thiên ở sáu cõi trời,[1] được thọ hưởng vị ngon cam lộ cõi trời thơm tho tinh khiết, trong sạch nhẹ nhàng, không một mảy may cáu cặn, nên thân thể cưỡi trên mây hương, hóa hiện khắp nơi tùy ý muốn, trong trăm ngàn vạn cõi nước đều có thể chợt đến chợt đi, hằng ngày lại không sản sinh những chất nhơ uế như đờm dãi, phân, nước tiểu... Vì thế, chỉ một chút móng tay, móng chân của chư thiên cũng đã giá trị bằng như cõi Diêm-phù-đề này rồi. Thế nhưng vẫn chưa đáng xưng là bậc đại tôn quý, vì vẫn chưa thoát khỏi luân hồi.

Cho nên, nhất định phải siêu xuất khỏi thế gian, được hóa sinh từ hoa sen nơi Cực Lạc, thì sau đó mới vĩnh viễn dứt trừ được những điều hèn kém nói trên. Trong phạm vi những lời dạy của Khổng Mạnh thì hoàn toàn không thể đủ sức cứu giúp chúng ta đạt đến như vậy. [Muốn được giải thoát, tất yếu chỉ có thể tin nhận và làm theo Chánh pháp của đức Như Lai mà thôi.]

---

[1] Ở đây chỉ sáu cõi trời thuộc cõi Dục (Dục giới).

Ví dụ con tằm làm kén

Con tằm làm kén, nhả tơ kéo sang bên trái, bên phải, rồi kéo về phía trên, phía dưới, có bao nhiêu trong lòng đều phải rút ruột nhả ra cho bằng hết mới tạo thành cái kén, vẫn tưởng rằng nhờ vậy mới có thể được ở yên bên trong kén, không còn gì phải lo lắng. Nào đâu biết rằng những nỗ lực tự thân sắp xếp như thế của nó chính là tự trói chặt lấy thân mình? Đâu biết rằng cái phương pháp mà nó dựa vào là nhả hết tơ ra để tự bảo vệ mình, lại khiến cho con người vì mối lợi muốn dùng được những sợi tơ nó nhả ra mà mang đến họa sát thân cho nó? Hàng ngàn hàng vạn con tằm như thế, chẳng một con nào thoát khỏi thảm họa bị cho vào nước sôi. Thế mà cái phương thức nhả tơ làm kén ấy chúng vẫn truyền cho nhau từ đời này sang đời nọ, khiến cho cứ tiếp tục đi vào nước sôi, bi thảm thật không còn sự bi thảm nào hơn!

Người ở thế gian, hai cánh cửa khép lại thành cái kén gia đình bên trong cũng thế. Vắt hết sức lực ra kinh doanh trong suốt một đời, khăng khăng chỉ biết vì vợ con mà mưu cầu cơm áo, cơ mưu dối trá lọc lừa, kết oán cừu nơi này nơi khác, không một việc gì không làm. Đến khi gia nghiệp vừa được hình thành thì tự thân mình đã bị trói chặt vào trong đó, không còn cách nào thoát ra được nữa.

Hàng ngàn hàng vạn kẻ si mê trong thế gian thảy đều như thế, có ai thoát được quả báo đền trả ngày sau? Thế nhưng rồi cách làm như thế vẫn cứ truyền lại từ đời này sang đời khác, cứ tiếp tục gây tạo nhân xấu, khiến cho không ai tránh khỏi phải chịu quả báo thường bồi, thật kỳ lạ đến mức không còn gì khác có thể kỳ lạ hơn!

Cho nên, kinh Tứ thập nhị chương dạy rằng: "Con người chịu sự trói buộc của gia đình vợ con, nhà cửa, còn hơn cả tù ngục. Tù ngục còn có kỳ hạn được thả ra, còn đối với vợ con thì hoàn toàn không có đến cả một ý niệm xa rời, [làm sao thoát được?]"

Ví dụ cái lờ bắt cá

Dân quê vùng sông nước thường đặt lờ nơi dòng nước chảy để bắt cá. Dọc theo bờ nước có những chỗ cỏ xanh rậm có thể che giấu được, họ kín đáo đặt lờ bên dưới lùm cỏ, cá vào lờ rồi không thể ra được. Những con cá tìm được chỗ thích hợp thì tranh nhau chui vào, tưởng rằng có thể ẩn nấp, ở yên nơi đó, đâu ngờ đã chui vào trong lờ.

Những cái lờ [gia nghiệp] trong dòng sông ái dục cũng giống như thế. Người ta chỉ biết những lúc bình thường không bệnh tật, không hoạn nạn, thì một mái gia đình có thể an ổn ẩn náu, vợ con có thể gửi gắm, nên sinh tâm lười nhác xao nhãng, không lo không nghĩ, không hay biết gì. Đến một ngày kia Diêm vương đột nhiên xuất hiện kéo lờ lên khỏi nước, lúc ấy thì hết thảy những mối quan hệ vợ chồng, cha con, mẹ con... đều nhất thời sụp đổ, ai ai cũng có thể bị bàn tay vô thường tóm lấy. Nghĩ đến không thể không khởi tâm oán hận, nhưng oán hận cũng chỉ là vô ích. Chỉ có cách duy nhất là [đừng chui vào lờ để] không bị bắt lấy mới là khôn ngoan nhất.

Ví dụ loài ngựa

Loài ngựa có bốn hạng. Những con ngựa hạng nhất, khôn ngoan nhất thì chỉ cần thấy bóng roi đã ra sức chạy, không đợi phải đánh thúc. Hạng kế tiếp thì chỉ quất một roi đã chạy. Hạng thứ ba nếu quất nhẹ không chạy, phải đợi quất nặng tay mới bắt đầu chạy. Hạng ngựa ngu si kém cỏi nhất thì dù quất roi mạnh tay cũng không chịu đi, phải đợi khi bị người dùng dùi đâm vào da thịt, cực kỳ đau đớn, lúc ấy mới chịu cất vó.

Con người so ra cũng thế. Người có trí tuệ, rất dễ tỉnh giác. Trong vòng trăm dặm quanh mình nghe tin có người chết, lập tức kinh hãi nghĩ rằng: "Trong vòng trăm dặm quanh ta đã có người chết. Ta cũng là người, ắt hẳn rồi cũng phải chết." Nghĩ vậy rồi liền gấp rút tu hành, cầu sự giải thoát. Như thế chính là chỉ thấy bóng roi đã chạy.

Hạng người tiếp theo thì nhân khi nghe có người thân thích trong tộc họ chết đi ở đâu đó liền tỉnh giác, lo việc tu tập.

Hạng tiếp theo nữa thì phải đợi nhìn thấy có người láng giềng kế bên nhà chết đi mới tỉnh giác, [nghĩ đến sự tu hành].

Nếu đợi đến khi chính bản thân mình già yếu, hoặc có bệnh tật mới chịu giác ngộ tu hành, thì đó chính là hạng ngựa đợi dùi đâm vào da thịt đau đớn mới chịu chạy.

Bằng như đến lúc tự thân già yếu, hoặc có bệnh tật, vẫn không chịu tỉnh giác tu hành, chẳng phải là còn kém hơn hết thảy những hạng người nói trên đó sao?

Ví dụ con chồn

Có con chồn hoang, ban đêm lẻn vào nhà bếp của người, ăn no rồi nằm ngủ say, đến sáng ra không kịp trốn chạy được nữa, liền giả chết đợi người mang vất đi.

Không bao lâu, quả nhiên có người thấy chồn đã chết muốn mang vất đi. Chợt có một người nói: "Cái đuôi đẹp quá, đợi tôi cắt lấy đuôi nó rồi hãy vất." Chồn nghe vậy sợ lắm, nhưng phải cố gắng chịu đựng cho người cắt đuôi, vẫn nằm yên như đã chết.

Thoắt chốc lại có thằng bé đến, muốn cắt hai lỗ tai. Chồn càng sợ hơn nữa, nhưng tự nghĩ dù mất hai tai cũng không đến nỗi mất mạng, liền cố gắng chịu đựng.

Không bao lâu lại nghe có người nói: "Da con chồn này có thể dùng để vá áo cừu."

Đến đây thì chồn hết sức khiếp hãi, tự nghĩ: "Nếu muốn lột da ta, ắt phải chặt đầu, mổ bụng, làm sao có thể chịu được?"

Liền lập tức vùng dậy hướng ra bên ngoài phóng chạy, cuối cùng thoát được.

Con người sống trong ngục tù ba cõi, có khác gì [con chồn trong] căn nhà bếp kia? Đã do nghiệp lực phải thác sinh làm người, thật khó lòng tránh khỏi cái chết. Chỉ có thể nương pháp niệm Phật cầu vãng sinh, thì trong cái chết ấy mới có thể tìm ra đường thoát.

Nếu để trôi qua tuổi xuân cường tráng [mà không lo tu tập], chẳng khác gì chồn kia nằm chờ đã bị cắt đuôi. Nếu đợi đến lúc tuổi già xuống mồ, đó chính là đã nằm yên chịu cho người chặt đầu mổ bụng.

Ví như không phát thệ nguyện rộng sâu, dũng mãnh quên thân tu tập, thì làm sao có thể thoát khỏi đường mê, mong Phật tiếp dẫn?

Đổ lỗi cho Diêm vương

Có người kia sau khi chết, Diêm vương y theo những việc ác đã làm mà phán tội. Người ấy nói: "Giá như sớm biết thế này thì đã khác. Vì sao Đại vương không sớm báo cho tôi biết sẽ có hôm nay?"

Diêm vương đáp: "Đã báo tin cho ngươi rất nhiều lần rồi. Da thịt nhăn nheo là báo tin lần thứ nhất. Hàm răng lung lay rụng dần là báo tin lần thứ hai. Sức lực suy yếu là báo tin lần thứ ba. Tai điếc mắt mờ là báo tin lần thứ tư, thứ năm. Thế là đã báo tin cho người biết quá nhiều lần rồi."

Dưới điện khi ấy có người chết trẻ, liền khóc mà nói: "Những tin báo như thế chỉ là đối với ông ta, còn như tôi thật không có."

Diêm vương nói: "Không đúng, như ngươi cũng đã có nhiều tin báo. Thử nhớ xem lúc ngươi còn nhỏ, đã từng nghe có người chết bệnh, chết dịch hay chăng? Đã từng nghe có người chết vì đao thương, thắt cổ hay chăng? Đã từng nghe có người bị nạn lửa cháy, nước trôi hay thú dữ làm hại, rắn độc cắn mà chết hay chăng? Hết thảy những điều đó đều là tin báo cho ngươi biết đó, đâu cần phải đợi gọi đúng tên ngươi để báo tin?"

Người sống giữa đời, hãy cứ cho là có sức mạnh dời non lấp bể, cái thế anh hùng, có tài ba làm được việc long trời lở đất, nhưng liệu có thể tránh được lúc đối chất cùng Diêm vương? Có thể vượt thoát ra khỏi mọi việc, không chỉ là tránh được sự đối chất cùng Diêm vương, mà còn có thể khiến cho Diêm vương cũng phải cung kính lễ bái, duy nhất như thế chỉ có thể là người niệm Phật được vãng sinh mà thôi.

Con thiêu thân

Con thiêu thân chết trong ngọn lửa đèn, cái chết ấy thật không phải vì ngọn lửa, mà vì chỗ kiến chấp của nó. Khi người ta sợ nó chết, thương mà đưa tay đuổi đi, nó lại cố tìm chỗ khe hở mà chui vào, vì cho rằng chỗ kiến chấp bám víu của nó là đúng, chắc chắn không sai. Vì thế nên nó nhất quyết một lòng xông tới, dù chết cũng không sợ sệt.

Người sống ở đời ưa thích âm thanh, hình sắc, ưa thích tiền bạc của cải, ưa thích cờ bạc, rượu chè... đó chính là chỗ kiến chấp bám víu của họ, nên chỉ để tâm duy nhất vào những thứ ấy mà thôi. Vì thế nên cứ nhất quyết một lòng chạy đuổi theo, dù chết cũng không sợ sệt. Sao không mượn tấm gương con thiêu thân kia mà tự soi lấy mình?

Con ruồi ngu si trong cửa sổ

Có con ruồi bên trong cửa sổ dán kín giấy, loay hoay bay tới bay lui suốt ngày vẫn không thể thoát ra. Đó là vì nó quá bám chặt chỗ kiến chấp của mình, chỉ đâm đầu bay tới mãi mà không chịu lùi ra một một quãng để tìm lối khác.

Nếu có thể lùi lại một bước thì nơi nơi chốn chốn đều thênh

thang rộng mở. Thế giới Ta-bà này cũng chẳng khác gì một cửa sổ lớn có dán kín giấy, từ xưa đến nay thật không biết đã giam nhốt chặt biết bao nhiêu con ruồi ngu si bên trong nó.

Chúng ta hôm nay thật may mắn biết bao, có thể lùi lại một bước nhìn thấy được con đường về Tây phương Cực Lạc rộng mở, để theo đó bay thoát được. Bay thoát được về Tây phương thật là khoan khoái thú vị biết bao!

Bốn cách thuần phục ngựa

Vào thời đức Phật còn tại thế, có một người rất giỏi thuần phục ngựa. Đức Phật hỏi ông ta dùng phương pháp gì, ông ta trả lời là dùng bốn phương pháp. Thứ nhất là ban ân, thứ nhì là ra uy, thứ ba là trước ra uy sau ban ân và thứ tư là trước ban ân sau ra uy.

Đức Phật hỏi: "Nếu dùng cả bốn phương pháp ấy vẫn không thuần phục được thì làm sao?" Người luyện ngựa đáp: "Chỉ còn cách mang ra giết thôi."

Rồi ông ta thưa hỏi: "Bạch Thế Tôn! Ngài dùng phương pháp gì để giáo hóa chúng sinh?"

Đức Phật đáp: "Cũng dùng bốn phương pháp. Thứ nhất là ban ân, đó là vì những người hiền thiện có đức tin mà dạy họ học đạo tu hành. Thứ hai dùng uy vũ, tức là vì những người thường làm việc ác mà đem sự luân chuyển trong ba đường ác ra chỉ dạy, khiến họ biết sợ mà không làm ác nữa. Thứ ba là trước dạy cho việc học đạo tu hành, [sau đem việc luân chuyển trong ba đường ác ra răn nhắc, khích lệ sự tu tiến.] Thứ tư là đem sự luân chuyển trong ba đường ác ra chỉ bày cho họ biết sợ sệt, [sau đó mới dạy cho học đạo tu hành.]

Người luyện ngựa thưa hỏi: "Nếu dùng cả bốn phương pháp ấy mà vẫn không giáo hóa được thì phải làm sao?"

Đức Phật nói: "Cũng mang ra giết."

Người luyện ngựa thưa hỏi: "Đức Như Lai đại từ đại bi, sao lại ra tay giết người?"

Phật dạy: "Dùng đủ bốn phương pháp ấy mà vẫn không giáo hóa được, thì giáo hóa cũng chỉ vô ích thôi. Cho nên không nói gì với người như thế nữa. Người ấy không còn được nghe lời dạy dỗ, ấy chính là đã chết."

Thuốc chữa lành mắt

Khi đức Thế Tôn sắp nhập Niết-bàn, phu nhân Ma-da ở cung trời Đao-lợi mơ thấy nhiều ác mộng. Một trong số các ác mộng đó là phu nhân mơ thấy ở cõi Ta-bà mặt trời lặn mất không mọc lên nữa, cả thế gian đều chìm trong tăm tối, lại có vô số quỷ la-sát tay cầm dao sắc đi khắp nơi tìm móc mắt người. Phu nhân mơ thấy vậy rồi liền than rằng: "Hẳn là điềm báo Thích-ca Như Lai nhập Niết-bàn rồi!" Không bao lâu, quả nhiên có Tôn giả A-na-luật lên cõi trời báo tin.

Những sách phỉ báng Tam bảo lưu hành trong chốn thế gian, đó chính là những con dao sắc móc mắt người. Người sinh ra vào thời kiếp mạt, phước đức mỏng manh cạn cợt, nên những loại sách như thế rất nhiều. Con người càng kém trí tuệ thì những sách có nội dung xấu như thế càng nhiều. Cho nên, người có phước báu ắt sẽ sớm tự tỉnh giác, không để bị những sách ấy làm hỏng đi đôi mắt của mình, như vậy là tốt nhất.

Ví như đã lỡ bị những sách có nội dung xấu ấy làm hại đến đôi mắt rồi, thì phải nhanh chóng dùng thuốc hay để chữa trị. Ở đâu tìm được thuốc hay? Như sách Tây quy trực chỉ này chính là một trong những liều thuốc hay để chữa đôi mắt bị đau vì tà kiến.

Có nguyện sẽ được thành tựu

Vào đời nhà Tống, Văn Chính công tên là Lữ Mông Chánh, tự Thánh Công, dự thi đỗ tiến sĩ thời Tống Thái Tông, đứng đầu khoa ấy. Sau làm quan trải qua nhiều lần thay đổi, thăng đến chức Tham tri chính sự, được phong tước Hứa Quốc công.

Mỗi ngày ông đều dậy sớm lễ Phật, khấn nguyện rằng: "Nếu là người không tin Phật pháp, xin đừng sinh vào nhà tôi. Nguyện cho con cháu tôi đời đời thọ hưởng bổng lộc phước đức đều sử dụng để hộ trì Tam bảo."

Về sau, cháu ông là Lữ Di Giản được phong đến tước Thân Quốc công, vào mỗi ngày đầu năm mới, sau khi lễ bái trong nhà thờ gia tộc, đều không quên đốt hương khấu lễ thiền sư Quảng Huệ Nguyên Liễn.

Con trai của Lữ Di Giản là Lữ Công Trước sau cũng được phong tước Thân Quốc công, cũng cung kính đối đãi với thiền sư Thiên Y Nghĩa Hoài giống như vậy.

Sau đến [con trai Lữ Công Trước là] Lữ Hảo Vấn làm quan Tả thừa, lại cũng đối đãi cung kính với thiền sư Viên Chiếu như vậy.

Con trai của Hảo Vấn là Lữ Dụng Trung cũng cung kính đối với thiền sư Phật Chiếu như vậy...

Quả đúng như lời nguyện của Lữ Mông Chánh, con cháu đều đời đời được phú quý vinh hiển, phụng sự Phật pháp.

Lời nguyện ấy của Văn Chính công, bất quá chỉ là lời nguyện của người thế tục, mà còn có thể thành tựu như vậy, huống chi người phát tâm Bồ-đề, nguyện sinh về Cực Lạc, có lý nào lại không được như nguyện hay sao?

Người xuất gia phải tu Tịnh độ

Vào đời Tống, thiền sư Thanh Thảo Đường nghiêm trì giới hạnh, đã sống đến hơn chín mươi tuổi. Có nhà họ Tăng thường cúng dường thiền sư rất nhiều lần, đủ các món y phục, thức ăn uống... Thiền sư cảm lòng thành ấy, hứa sẽ thác sinh vào nhà họ Tăng.

Về sau, nhà họ Tăng có vị phu nhân sinh con trai, sai người đến chỗ thiền sư Thảo Đường xem thì thấy ngài đã ngồi mà viên tịch. Đứa con trai sinh ra đó, sau chính là Tăng Lỗ Công. Vì đời trước từng tu phước tuệ, nên còn trẻ tuổi đã đỗ đại khoa, sau làm một vị quan Tể tướng hiền đức.

Lại vào cuối đời nhà Minh, vùng Chiết Giang có vị tăng hiệu là Đại Thành, thường xuống núi hóa duyên rồi mang về chùa cúng dường chúng tăng. Đường về chùa đi ngang qua nhà họ Sử. Nhà ấy tin kính Phật, bất cứ khi nào có chư tăng hóa duyên đi ngang qua đều giữ lại cúng dường. Hôm nào vị tăng Đại Thành quay về chùa mà cơm không đầy bát, Sử quân lập tức vào nhà lấy cơm thêm vào cho đầy.

Nhà họ Sử từ lâu chưa có con trai. Một hôm, người vợ của Sử quân bỗng có thai. Lúc sắp đến ngày sinh nở, chợt thấy vị tăng Đại Thành đến nhà, chạy thẳng vào phòng ngủ. Mọi người nhìn thấy đều lấy làm kinh dị, vội đuổi theo vào thì không thấy gì cả. Sau đó, phu nhân hạ sinh một bé trai. Ngày hôm ấy không thấy vị tăng Đại Thành đi hóa duyên ngang qua nhà, liền lên chùa dò hỏi mới hay trong cùng ngày hôm đó ngài đã viên tịch. Sử quân nhân đó liền đặt tên cho con trai là Sử Đại Thành.

Đứa bé hết sức thông minh, hiếu hạnh, từ lúc ở trong thai đã khiến người mẹ chỉ ăn toàn thức ăn chay lạt, về sau cũng giữ giới đến suốt đời. Đến khoảng năm Ất Mùi niên hiệu Thuận Trị[1] thi đỗ Trạng nguyên.

---

[1] Tức là năm 1655.

Theo cách nhìn của thế tục thì hai vị trên đây đều được hưởng phú quý, có công danh lớn. Nhưng nếu theo cách nhìn của người tu hành thì cả hai vị tăng ấy đều đã hết sức sai lầm. Ví như hai bậc thầy ấy biết đến pháp môn Tịnh độ, đem chỗ công phu tu hành của họ mà hồi hướng về Cực Lạc, thì cho dù không vào hàng Thượng phẩm hẳn cũng có thể được Trung phẩm, đâu đến nỗi chỉ là Trạng nguyên, Tể tướng [chốn Ta-bà]?

Bậc cao tăng cũng nên tu Tịnh độ

Đời Tùy, ở Tương Châu có vị tăng Thích Huyền Cảnh, thông hiểu cả Thiền tông và Giáo tông, đạo phong truyền rộng khắp nơi, người người kính ngưỡng. Vào tháng sáu năm thứ hai niên hiệu Đại Nghiệp,[1] ngài sắp thị tịch, liền tắm rửa sạch sẽ, nghiêm trang tĩnh tọa, hai mắt đang mở nhìn về phía trên, bỗng tự nói rằng: "Ý ta muốn sinh về Nội viện cõi trời Đâu-suất, được gặp Bồ Tát Di-lặc, sao nay lại phải làm Thiên vương Dạ-ma?" Tăng chúng thưa hỏi là chuyện gì, ngài liền nói: "Không phải việc các ông biết được." Trong chốc lát lại nói: "Trên cõi trời đang nhộn nhịp lắm, khách đến đây đông lắm." Rồi ngồi yên như thế thị tịch.

Than ôi, đại sư trong lúc tu tập đã phát tâm được gặp Phật Di-lặc, đến lúc lâm chung lại không được thấy Bồ Tát Di-lặc mà chuyển sinh làm Thiên vương. Theo con mắt thế tục mà nhìn thì địa vị ấy còn cao hơn cả Thượng đế,[2] nhưng nếu so với việc vãng sinh về Tây phương Cực Lạc thì còn thua xa, không thể sánh kịp. Cho nên có thể biết rằng, dù là bậc cao tăng cũng không thể không tu Tịnh độ.

---

[1] Tức là năm 606.

[2] Theo thế giới quan Phật giáo Trung Hoa thì Thượng đế chính là Đế thích hay Thích-đế-hoàn-nhân, là vị thiên chủ cõi trời Đao-lợi, tuy cao hơn cõi trời Tứ thiên vương nhưng còn thấp hơn cõi trời Dạ-ma, nơi Đại sư Thích Huyền Cảnh sinh về làm Thiên vương.

Không thể cam tâm làm quỷ

Hết thảy con người trong cõi Ta-bà này, không kể là sang quý hay nghèo hèn, trí tuệ khôn ngoan hay ngu si mê muội, già hay trẻ, nam hay nữ, sau khi lâm chung nếu không thể theo đường xuất thế thì hầu hết đều phải sinh làm quỷ. Cho nên, khuyên người niệm Phật cầu sinh Tịnh độ, đó chính là khuyên người đời chớ đi vào con đường làm quỷ.

Kẻ học Nho được đôi chút, không tin pháp Phật lại hết lời phỉ báng, như thế không chỉ là tự mình cam tâm làm quỷ, mà cũng là khuyên bảo người khác làm quỷ. Trong hiện tại dù chưa phải làm quỷ, chỉ là tạm thời mà thôi. Dưới mắt nhìn thấy bao nhiêu người như thế hiện nay, nhất định sau này sẽ là bấy nhiêu con quỷ.

Người đời chỉ vì không biết cuộc sống này hết sức giả tạm, ngắn ngủi thoáng qua, nên vất vả nhọc nhằn bon chen để cầu sự giàu sang phú quý. Chưa nói đến việc không đạt được giàu sang phú quý, cứ tạm cho là được cực đỉnh sang quý, thì khi nhắm mắt xuôi tay cũng chẳng mang theo được một đồng xu lẻ. Một khi quỷ vô thường đã đến, có thể ngồi yên mà hưởng phú quý mãi chăng?

Chỉ riêng người tín tâm niệm Phật, đến lúc lâm chung mới được không bệnh tật tai ách, an nhiên rời bỏ cõi đời, thân không phải chịu nỗi khổ vì bệnh tật, nạn tai, trong tâm không có bất kỳ sự tham muốn mê luyến nào. Bao nhiêu quỷ dữ vừa thấy bóng đã vội tránh xa, Diêm chúa nghe tên liền kính lễ, như vậy chẳng phải là bậc đại trượng phu siêu xuất thế gian đó sao?

Người ta chỉ có thể đạt được như thế thì về sau mới không phải rơi vào cảnh giới của quỷ. Cho nên, muốn không làm quỷ, quả thật cũng không phải việc dễ dàng.

Chín loài đều có thể vãng sinh

Chín loài là bao gồm tất cả các loài sinh ra theo một trong bốn cách: sinh ra từ bào thai, sinh ra từ trứng, sinh ra từ chỗ ẩm thấp và sinh ra bằng cách hóa sinh, cùng với các loài thuộc cảnh giới hữu sắc, vô sắc, hữu tưởng, vô tưởng và phi hữu tưởng phi vô tưởng. Nói đến chín loài như vậy tức là gồm hết cả kẻ giàu người nghèo trong nhân gian, cả cõi âm và cõi dương, cùng khắp cả trên trời dưới đất, không loại trừ bất cứ cảnh giới nào.

Trong chín loài ấy, khổ sở nhất là những chúng sinh trong ba đường ác: địa ngục, ngạ quỷ, súc sinh, mà vui thú khoái lạc nhất là hai mươi tám cõi trời trong cả cõi Dục, cõi Sắc và cõi Vô sắc.

Bởi chưa thoát ra khỏi vòng sinh tử nên phải luân hồi mãi trong sáu đường. Các cảnh giới khổ cố nhiên đã là khổ, mà những cảnh giới vui thú, khoái lạc cũng vẫn là khổ. Ví như sinh làm chư thiên cõi trời Trường Thọ, hiện tại được hưởng những khoái lạc vô cùng, nhưng rồi phước báu cõi trời cũng có lúc hưởng hết, vẫn phải đọa sinh vào ba đường ác, làm sao có thể sánh bằng cõi Cực Lạc vĩnh viễn thoát khỏi luân hồi, mãi mãi lìa xa sáu nẻo?

Tôi thường mỗi khi thắp hương nơi các miếu thờ Văn Xương, Quan Đế, Đông Nhạc, sau khi lễ bái đều phát lời nguyện rằng: "Nguyện chư thần đều tôn trọng kính tin theo Tam bảo, phát tâm Bồ-đề, vãng sinh Tây phương Cực Lạc, hành đạo Bồ Tát."

Lại mỗi khi thắp hương lễ bái Đẩu Mẫu Tôn Thiên hay Hạo Thiên Thượng Đế, tuy hết sức sợ sệt nhưng khi lễ lạy xong cũng khấn rằng: "Nguyện tất cả các vị đều niệm Phật vãng sinh, hành đạo Bồ Tát, rộng độ tất cả chúng sinh."

Vì sao vậy? Vì người có trí tuệ quán sát khắp cõi thế gian, thấy rằng việc cao quý sáng suốt nhất không gì bằng niệm Phật; việc mang lại phước đức nhiều nhất, không gì bằng niệm Phật.

Niệm Phật được vãng sinh thì dù gom hết thảy phúc đức thế gian lại cũng không thể so sánh nổi.

Đẩu Mẫu Tôn Thiên, chính là vị mà trong kinh Phật gọi là Bồ Tát Ma-lợi-chi-thiên. Hạo Thiên Thượng Đế, chính là vị trong kinh Phật gọi là Thiên vương cõi trời Đao-lợi. Đức Thế Tôn mỗi khi thuyết pháp, vị Thiên vương này đều đến lễ bái cung kính, đứng hầu hai bên Phật. Vì thế, ngày nay nghe được lời nguyện thầm của tôi ắt phải lấy làm hoan hỷ, hoàn toàn không thể do đó mà bắt tội.

Chúng ta hôm nay may mắn gặp được pháp môn niệm Phật này, nếu như không chịu suy xét kỹ để khởi tâm dũng mãnh tinh tấn tu tập, hồi hướng về quả vị Bồ-đề, chẳng phải sẽ rơi vào trường hợp mà đức Thế Tôn gọi là hết sức đáng thương xót đó sao?

Niệm Phật không hề uổng phí công sức

Những sự việc thế tục, một khi mưu tính mà không thành tựu, tất nhiên bao nhiêu công sức đều mất hết. Chỉ riêng việc niệm Phật, ví như chưa đạt được kết quả mong muốn cuối cùng [là được vãng sinh], cũng hoàn toàn không hề uổng phí công sức.

Thuở xưa có người tiều phu vào rừng đốn củi gặp cọp, leo vội lên cây, trong lúc hoảng hốt niệm một câu hồng danh Phật. Trải nhiều kiếp sau, ông nhờ nhân duyên niệm Phật ấy mà được xuất gia, tu tập dần dần cho đến lúc thành tựu quả Phật. [Niệm một tiếng Phật hiệu trong lúc hoảng hốt mà còn được như thế] huống chi là chí thành niệm Phật suốt một đời?

Ví như người niệm Phật mà ngay trong đời này chưa thể được vãng sinh, thì trong đời sau cũng nhất định sẽ thoát ly sinh tử. Cho nên, việc niệm Phật không hề giống như người thế gian đọc sách, nếu không thành tựu chỉ uổng phí tinh thần, hay như việc kinh doanh mua bán, không thành tựu ắt phải chịu mất dần vốn liếng.

Niệm Phật là điều thù thắng nhất ở thế gian

Trong kinh Thí dụ[1] kể rằng: Xưa có một cặp vợ chồng, tế trời cầu sinh con, sau đó người vợ liền mang thai, sinh ra bốn vật: một cái đấu đựng gạo bằng gỗ thơm chiên-đàn, một bình mật cam lộ, một túi gấm đựng châu báu và một cây gậy thần bảy đốt.

Người chồng than rằng: "Ta vốn cầu con, sao lại sinh ra những thứ này?" Thiên thần liền hiện ra, hỏi: "Ngươi cầu con để làm gì?" Người ấy đáp: "Cầu con để mong sau này có người nuôi dưỡng, nương cậy."

Vị thần nói: "Gạo trong đấu kia dùng hết lại đầy, cam lộ trong bình trừ được tất cả bệnh tật, châu báu trong túi gấm dùng không thể hết, gậy thần bảy đốt có thể phòng trị kẻ hung bạo. Những đứa con hiếu thảo trong đời, liệu có cung ứng cho ngươi được như thế không?"

Người ấy nghe xong hết sức vui mừng, từ đó được giàu sang không ai bằng. Nước láng giềng nghe biết việc ấy liền mang quân đến cướp đoạt. Người ấy cầm gậy thần bay lên không trung đuổi đánh, quân giặc cướp phải thối lui. Nhờ đó bảo vệ được tài sản đến suốt đời.

Người thế gian miệt mài bận rộn, không một phút giây nào rảnh rỗi để nghĩ đến việc tu hành, bất quá cũng chỉ vì lo lắng cho vợ con. Nhưng ví như vợ con có hết sức hiếu dưỡng cung phụng, liệu có được như bốn vật báu kia chăng?

Thế nhưng việc vãng sinh Tây phương Cực Lạc, ắt được vượt thoát sinh tử, được trang nghiêm bởi muôn điều phước

---

[1] Chúng tôi không tìm thấy câu chuyện này trong kinh Thí dụ (譬喻經), bản được đưa vào Đại Chánh tạng ở Tập 4, kinh số 217. Tuy nhiên, chúng tôi tìm thấy nội dung được trích này ở sách Pháp uyển châu lâm (法苑珠林), gồm 100 quyển, được đưa vào Đại Chánh tạng ở Tập 53, kinh số 2122. Phần trích dẫn thuộc trang 489, tờ c, bắt đầu từ dòng thứ 10, với câu mở đầu là "Hựu Thí dụ kinh vân" (又譬喻經云). Như vậy, có lẽ An Sĩ toàn thư đã trích từ đây và dẫn chú theo câu này. Nội dung được lược ghi, không trích nguyên văn.

lành, hết thảy mong cầu đều được như ý, thì bốn vật báu kia sao có thể sánh bằng?

Cho nên, khắp thảy trên trời dưới đất, điều thù thắng nhất không gì hơn niệm Phật.

Đại sư Ấn Quang phụ ghi chuyện lạ của người niệm Phật

Vào đời nhà Thanh, niên hiệu Quang Tự năm thứ hai và thứ ba,[1] nhiều tỉnh miền Bắc Trung Hoa bị nạn hạn hán lớn. Tại Úy Châu có vị tăng tu Tịnh độ, pháp hiệu có chữ Liên.[2] Ông sống trong một miếu nhỏ bên ngoài thôn xóm. Một hôm, có người dân đói ở Sơn Đông đột nhiên xông vào miếu, quát la rằng đói quá, đòi ăn cơm. Vị tăng nói: "Cơm tôi đã ăn hết rồi, không còn dư chút nào cả." Người ấy vẫn đòi hỏi, thúc bách rất gấp, vị tăng liền nói: "Được rồi, tôi sẽ nấu cho ông một ít."

Vị tăng ấy hành trì mỗi thời khóa niệm Phật trong ngày là sáu vạn câu Phật hiệu. Vì thế, miệng tuy đã hứa nấu cơm nhưng vẫn còn muốn tiếp tục niệm cho xong chuỗi hạt đủ số. Người kia thấy vậy, trong ý cho rằng vị tăng không muốn nấu cơm cho mình ăn, giận quá liền cầm một cái búa trở ngược bề sống đập mạnh vào đầu vị tăng, khiến ông té nhào xuống. Người kia vẫn chưa thôi, chộp lấy cái vá múc than, múc vào chỗ vết thương ấy, múc ra hai vá cả thịt lẫn não, vùi trong bếp than rồi mới hả giận bỏ đi.

Vị tăng khi ấy hôn mê bất tỉnh. Hồi lâu dần tỉnh lại, cố gắng bò đến chỗ đại hồng chung, khua liền một hồi mấy chục tiếng lớn. Trong thôn ấy, mỗi khi có việc quan vẫn thường dùng tiếng đại hồng chung làm hiệu lệnh triệu tập, nên mọi người nghe tiếng chuông liền kéo nhau đến miếu, thấy vị tăng đã nằm bất động ở chỗ bị đánh, máu chảy lênh láng quanh đó, lại thấy

---

[1] Tức là năm 1876 - 1877.

[2] Nguyên tác dùng Liên mỗ (蓮某), nghĩa là chữ Liên với chữ theo sau không được nêu rõ.

đoạn đường từ trong miếu đến chỗ đại hồng chung cũng đầy vết máu. Xem kỹ thấy vị tăng vẫn còn thở, liền đỡ dậy lay gọi. Vị tăng tỉnh lại, nói: "Tôi bị người ta đánh."

Dân làng lập tức cử ra mấy chục người, chia nhau bốn hướng đuổi tìm, cuối cùng bắt được người kia. Ông ta nhận tội, xin đền mạng. Khi giải người ấy về đến miếu, vị tăng liền nói: "Tôi với người này đời trước nhất định từng có thù oán, nên hôm nay ông ta mới đánh tôi. Nay nếu các vị làm khó cho ông ta, chẳng phải đã khiến tôi chịu đánh vô ích rồi sao? Vì như thế chẳng những không giải trừ được oán thù ngày trước, lại còn gây thêm mối thù oán hôm nay. Tôi không thể nào chịu được sự thiệt thòi như vậy. Hiện tôi còn được một ngàn đồng, xin đưa ông ấy rồi thả cho đi."

Không lâu sau, vết thương trên đầu vị tăng đã lành, chỗ ấy vẫn cứng chắc như bình thường không khác. Chỉ có điều cả đỉnh đầu không còn mọc sợi tóc nào nữa, mà chung quanh chỗ vết thương vẫn còn nhìn thấy sẹo. Quả là một sự việc hết sức lạ thường!

Vào niên hiệu Quang Tự năm thứ 13,[1] Ấn Quang tôi cùng với sư đệ của vị tăng ấy, pháp hiệu Liên Như, đi từ núi Hồng Loa đến núi Ngũ Đài, trên đường về ghé qua ngôi miếu của vị tăng ấy. Lúc đó ngài đã được hơn sáu mươi tuổi, dung mạo rỡ ràng dường như tỏa sáng, vừa thoáng nhìn đã biết ngay là bậc chân tu. Thầy Liên Như lấy tay chỉ rõ chỗ vết thương trên đỉnh đầu sư huynh, kể lại sự việc này cho Ấn Quang được nghe. Nay xin được ghi thêm vào sách Tây quy trực chỉ này, nhằm giúp thêm việc khai mở và củng cố niềm tin.

Năm Dân quốc thứ 11[2]

Thích Ấn Quang kính ghi

---

[1] Tức là năm 1887.

[2] Tức là năm 1922.

QUYỂN BỐN
LƯỢC KỂ MỘT SỐ CHUYỆN VÃNG SINH

Lời dẫn

Chuyện trong thiên hạ, nếu không có chứng cứ rõ ràng, chỉ dựa vào lời nói thì không đủ để đặt niềm tin. Nhưng nếu có chứng cứ rõ ràng, đã được khảo nghiệm kỹ, thì những lời ấy nhất định là chân thật.

Những chuyện niệm Phật được vãng sinh [ghi chép ở đây] đều là có chứng cứ rõ ràng, đã được khảo nghiệm kỹ. Bởi trong thiên hạ, muôn việc đều có thể giả tạo, chỉ riêng một chuyện sống chết là hoàn toàn không thể nào có mảy may giả tạo.

Từ xưa đến nay, các bậc thánh hiền hào kiệt, vì người giảng giải giáo pháp, bàn luận đạo đức, tu hành theo nhân nghĩa, số lượng rất nhiều, không chỉ là ngàn vạn.... Nhưng các vị ấy đến khi qua đời, nếu không phải do bệnh tật nằm trên giường mà chết, thì cũng là do tuổi già mà chết. Nếu như nói đến những việc như biết trước ngày giờ mình sẽ chết, tắm rửa sạch sẽ rồi ngồi an nhiên mà đi, hoặc có mùi hương lạ tỏa thơm khắp nhà, hoặc nghe tiếng nhạc trời réo rắt nghênh đón, thì từ thuở khai thiên lập địa đến nay chưa từng nghe dù chỉ một vị trong số đó đạt được.

Chỉ riêng đối với những người niệm Phật thì những điềm lành lúc lâm chung như vậy thật không chỉ có một hai trường hợp. Cho nên, không ai được thọ dụng tốt đẹp hơn người niệm Phật, mà cũng không ai tôn quý hơn người niệm Phật.

Vào giây phút lâm chung nếu đã được an nhiên như thế, thì chỗ tái sinh về nhất định phải là nơi phúc đức phi thường. Vì sao người ta không chịu suy xét kỹ chỉ riêng ở một điểm này?

Vì thế, tôi thu thập chuyện những người ở đất Trung Hoa này được vãng sinh về Tây phương Cực Lạc, [cùng một số chuyện ghi trong Kinh điển,] trích ra hơn mấy mươi bài, ghi lại nơi đây, đặt tên là "Vãng sinh sự lược", nghĩa là "lược kể một số chuyện vãng sinh", cũng có ý muốn nêu ra những gương hiền đức để mọi người cùng học hỏi theo, cùng được sinh về cõi Tây phương Cực Lạc.

Chuyện vãng sinh của các vị Bồ Tát

Đức Như Lai thọ ký vãng sinh

Kinh Đại Vô Lượng Thọ chép rằng: "Bồ Tát Di-lặc thưa hỏi Phật: 'Bạch Thế Tôn, thế giới Ta-bà này có bao nhiêu vị Bồ Tát được vãng sinh Cực Lạc?' Đức Phật dạy: 'Thế giới Ta-bà này có sáu mươi hai ức Bồ Tát thuộc hàng bất thối chuyển được vãng sinh về Cực Lạc. Còn số Bồ Tát công hạnh nhỏ hơn thì nhiều không thể tính đếm. Không chỉ riêng ở thế giới Ta-bà này, mà những cõi Phật ở phương khác cũng có người vãng sinh. Như cõi Phật Viễn Chiếu có một trăm tám mươi ức Bồ Tát đều sẽ vãng sinh. Cho đến các cõi Phật khác trong mười phương, người được vãng sinh nhiều vô số. Nếu kể ra hết thì dù trọn một kiếp cũng chưa kể hết.'"

Phát nguyện vãng sinh của Bồ Tát Văn-thù

Kinh Quán Phật Tam-muội chép rằng: "Đức Phật thọ ký cho Bồ Tát Văn Thù sẽ được sinh về thế giới Cực Lạc."

Bồ Tát Văn-thù có kệ phát nguyện rằng:

> *Nguyện khi ta lâm chung,*
> *Bao chướng ngại trừ hết,*
> *Được thấy Phật Di-đà,*
> *Vãng sinh về Cực Lạc.*
> *Được sinh Cực Lạc rồi,*
> *Trọn thành tựu nguyện lớn,*
> *Được Phật A-di-đà,*
> *Thọ ký sẽ thành Phật.*

Bồ Tát Phổ Hiền cầu vãng sinh

Trong kinh Hoa Nghiêm, Bồ Tát Phổ Hiền kể ra mười nguyện lớn, trong đó tất cả đều rộng vì chúng sinh mà cầu sinh Tịnh độ.

Kệ rằng:

> *Nguyện khi sắp đến lúc mạng chung,*
> *Hết thảy chướng ngại đều trừ sạch.*
> *Trước mắt được thấy Phật Di-đà,*
> *Tức thời vãng sinh về Cực Lạc.*

Bồ Tát Thế Thân làm kệ luận về Tịnh độ

Bồ Tát Thế Thân là người Ấn Độ, từng trước tác rất nhiều bộ luận. Ngài từng lên cõi trời Đâu-suất, gặp được Bồ Tát Di-lặc trong Nội viện.

Trong số trước tác của ngài có Vô Lượng Thọ Kinh Luận, Tịnh Độ Kệ, Ngũ Môn Tu Pháp, đều rộng khuyên việc tu tập cầu vãng sinh Cực Lạc.

Bồ Tát Ngũ Thông thỉnh Phật hóa hiện

Ở Ấn Độ có vị Bồ Tát Ngũ Thông tu ở chùa Kê Đầu Ma. Ngài dùng thần lực đi đến cõi Cực Lạc, lễ Phật A-di-đà rồi thưa thỉnh rằng: "Chúng sinh ở cõi Ta-bà phát nguyện sinh về Tịnh độ, nhưng không được thấy hình tượng của Phật, xin hóa hiện cho được thấy."

Đức Phật dạy: "Ngươi hãy về cõi ấy trước, ta sắp hóa hiện."

Bồ Tát Ngũ Thông trở về, đã thấy hình dung thánh tượng hóa hiện, có đức Phật A-di-đà và năm mươi vị Bồ Tát, mỗi vị đều ngồi giữa tòa sen, lơ lửng trên ngọn cây. Bồ Tát Ngũ Thông liền sai người vẽ lại để lưu truyền. Chuyện này xem rõ trong sách Cảm thông truyện.[1]

Bồ Tát Mã Minh soạn Đại thừa Khởi tín luận

Bồ Tát Mã Minh là vị Tổ thứ 12 của Thiền tông Ấn Độ, khi soạn Đại thừa Khởi tín luận,[2] có một phần trong đó ngài nói rõ về việc cầu sinh Tịnh độ, lời lẽ rất thiết yếu, thuyết phục:

[Như trong Khế kinh có dạy, nếu có người chuyên tâm niệm Phật A-di-đà ở thế giới Tây phương Cực Lạc, khi tu tập được các căn lành đều hồi hướng, nguyện sinh về Cực Lạc, thì người ấy nhất định được vãng sinh. Sinh về cõi ấy, do thường được gặp Phật nên mãi mãi không còn thối chuyển. Nếu có người thường quán tưởng pháp thân chân như của đức Phật ấy, chuyên cần tu tập, quyết định sẽ được vãng sinh. Đó là do thường an trụ trong thiền định chân chánh.][3]

---

[1] Thật ra câu chuyện này được tìm thấy trong sách Tam Bảo cảm ứng yếu lược lục (三寶感應要略錄), quyển 1, và một số sách khác như Pháp uyển châu lâm (quyển15), Tục Cao tăng truyện (quyển 12), Vãng sinh tập (quyển 1)... Hơn nữa, không có sách Cảm thông truyện như dẫn chú, chỉ có Luật tướng cảm thông truyện và Tập thần châu Tam Bảo cảm thông lục, đều không thấy chép câu chuyện này.

[2] Đại thừa Khởi tín luận (大乘起信論), Bồ Tát Mã Minh trước tác, Đại sư Chơn Đế dịch vào đời Lương, được đưa vào Đại Chánh tạng thuộc Tập 32, kinh số 1666, bắt đầu từ trang 575, tờ a.

[3] An Sĩ toàn thư chỉ nhắc đến đoạn này nhưng không ghi vào. Xét thấy nội dung này rất quan trọng để làm rõ nên chúng tôi căn cứ nội dung Đại thừa Khởi tín luận của ngài Mã Minh để chuyển dịch và thêm vào. Đại thừa Khởi tín luận (大乘起信論) đã dẫn trên. Đoạn trích này bắt đầu từ dòng thứ 17, trang 583, tờ a.

Bồ Tát Long Thụ được thọ ký vãng sinh

Kinh Lăng-già có chép rằng: "Này Đại Tuệ, ông nên biết rằng, sau khi đức Như Lai nhập Niết-bàn, trong tương lai sẽ có một người thọ trì gìn giữ Giáo pháp của Như Lai, là bậc tỳ-kheo có danh tiếng lớn, có công hạnh lớn, hiệu là Long Thụ. Vị ấy có khả năng phá trừ những thuyết chấp có và chấp không, làm rõ Giáo pháp Vô thượng Đại thừa ở giữa thế gian này. Vị ấy sẽ chứng đắc địa vị ban đầu của Thập địa là Hoan hỷ địa, được vãng sinh về thế giới Cực Lạc."[1]

Tu tập căn lành được vãng sinh

Trong kinh Đại Bi, đức Phật có dạy:[2] "Này A-nan, sau khi ta diệt độ, ở miền bắc Ấn Độ sẽ có một vị tỳ-kheo tên là Kỳ-bà-ca, tu tập vô số các căn lành Bồ-đề thù thắng nhất, nhờ đó mà sau khi mạng chung sẽ được sinh về phương tây, cách đây trăm ngàn ức thế giới, cõi thế giới của đức Phật A-di-đà. Tỳ-kheo Kỳ-bà-ca sau khi vãng sinh lại tiếp tục trồng các căn lành,về sau sẽ thành Phật hiệu là Phật Vô Cấu Quang."

Chứng đắc Pháp nhẫn được vãng sinh

Kinh Bồ Tát sinh địa[3] chép rằng: "Lúc bấy giờ, ông Sai-ma-kiệt chứng đắc Pháp nhẫn Vô sinh, năm trăm người thiện nam và hai mươi lăm tín nữ đều chứng đắc địa vị không còn thối chuyển. Sau khi mạng chung, tất cả những người ấy đều được vãng sinh về cõi Cực Lạc của đức Phật A-di-đà."

---

[1] Kinh Lăng-già, tức kinh Đại thừa Nhập lăng-già (大乘入楞伽經) do ngài Thật-xoa-nan-đà dịch sang Hán ngữ vào đời Đường, được xếp vào Đại Chánh tạng thuộc Tập 16, kinh số 672. Đoạn trích này bắt đầu từ dòng thứ 17, trang 627, tờ c. Phần lược trích này có bỏ đi một vài chi tiết.

[2] Kinh Đại Bi (大悲經) gồm 5 quyển, được đưa vào Đại Chánh tạng thuộc Tập 12, kinh số 380. Nội dung lược trích ở đây bắt đầu từ dòng thứ 9, trang 955, tờ b.

[3] Kinh Bồ Tát sinh địa (菩薩生地經) do cư sĩ Chi Khiêm dịch vào đời Ngô, được đưa vào Đại Chánh tạng thuộc Tập 14, kinh số 533. Nội dung lược trích thuộc trang 814, tờ c, bắt đầu từ dòng thứ 15.

Bồ Tát ghi tên cùng niệm Phật

Thiền sư Trương Lô Trạch noi theo khuôn phép trước đây của Đại sư Tuệ Viễn[1] mà thành lập Hội niệm Phật, lấy tên là Thắng hội Liên Hoa, rộng khuyên hết thảy mọi người cùng nhau niệm Phật.

Một đêm, thiền sư nằm mộng thấy có người thiếu niên mặc áo trắng, đội khăn đen, phong thái thanh cao, diện mạo tuấn tú, chắp tay thưa rằng: "Tôi muốn được vào Thắng hội Liên Hoa của ngài, xin ghi tên." Thiền sư hỏi tên, người ấy đáp: "Phổ Tuệ." Sau khi ghi tên rồi, lại nói: "Anh tôi là Phổ Hiền cũng xin ghi tên."

Thiền sư tỉnh dậy lấy làm lạ, chợt nhớ lại trong kinh Hoa Nghiêm, phẩm Ly thế gian có hai vị Bồ Tát. Bồ Tát Phổ Tuệ liên tục đưa ra hàng trăm câu hỏi, Bồ Tát Phổ Hiền đều nhất nhất giải đáp.[2] Thiền sư thầm nghĩ: "Các vị đều là Đại Bồ Tát, Hội này làm sao lại nhận được sự tham gia vô tướng của quý ngài?" Sau đó liền ghi tên hai vị lên đứng đầu trong Hội.

Đại sư Liên Trì nói về việc này như sau: "Phàm tăng lập hội, Bồ Tát tham gia. Lành thay! Cho nên biết rằng pháp Tịnh độ không phải nhân duyên nhỏ nhặt. Phải tin chắc rằng khi sự việc xuất phát từ tâm chân thành ắt có thể có sự cảm thông linh ứng, hoàn toàn không phải do gượng ép suy diễn."

---

[1] Ở đây ý muốn nói đến Bạch Liên Xã là hội niệm Phật do Đại sư Tuệ Viễn sáng lập, quy tụ hơn 3.000 người cùng chuyên tu niệm Phật cầu vãng sinh.

[2] Phần hỏi đáp của hai vị Bồ Tát này xin xem trong phẩm 33 - Ly thế gian, phần thứ nhất, kinh Đại phương Quảng Phật Hoa Nghiêm (大方廣佛華嚴經 - 離世間品 - 第三十三之一), được đưa vào Đại Chánh tạng, thuộc Tập 9, kinh số 278, trang 631, tờ b, bắt đầu từ dòng thứ 6.

Chuyện vãng sinh của các vị cao tăng

Đại sư Tuệ Viễn[1]

Vào đời Tấn có đại sư Tuệ Viễn là người xứ Lâu Phiền, Nhạn Môn, nay thuộc tỉnh Sơn Tây. Ngài học rộng biết nhiều, tuổi trẻ đã thông suốt sách vở thế gian, hiểu sâu Lục kinh của Nho gia.[2]

Khi được nghe Pháp sư Đạo An[3] giảng kinh Bát-nhã, ngài bỗng nhiên bừng tỉnh ngộ, nhân đó liền dứt sạch việc đời, theo hầu ngài Đạo An, chuyên tâm tu học.

Vào niên hiệu Thái Nguyên năm thứ sáu,[4] ngài đến Tầm Dương, thấy phong cảnh Lô sơn yên tĩnh, rộng rãi, có thể là nơi tĩnh tâm dứt duyên trần, ý muốn lưu lại đó, liền cảm ứng thấy thần núi Lô sơn hiện ra trong mộng, trong một đêm nổi lên sấm sét mưa gió, sáng ra bao nhiêu cây gỗ cần để dựng chùa đều tự nhiên có đủ ở vị trí ngài chọn. Quan Thứ sử Hoàn Y phát tâm lo việc xây dựng chùa, nhân việc ấy nên đặt tên là Thần Vận. Lại nhân vì ngài Tuệ Viễn khi mới đến ở về hướng tây, nên chùa mới xây gọi là Đông Lâm, gộp chung lại lấy hiệu là chùa Đông Lâm Thần Vận.[5]

Đại sư thành lập hội niệm Phật là Bạch Liên Xã, từ đó chuyên

---

[1] Tên vị này là 慧遠. Chữ 慧 có người cũng đọc là huệ, nên đọc tên ngài thành Huệ Viễn. Tuy nhiên, như vậy có thể nhầm lẫn với chữ 惠 (huệ) là ban ơn như trong tên ngài Huệ Năng (惠能). Ngài họ Giả, sinh năm 334, viên tịch năm 416, uyên bác các môn học Bát-nhã, Trung quán, nhưng có thể xem là người đầu tiên phát triển pháp môn Tịnh độ hết sức sâu rộng tại Trung Hoa, nên người đời sau tôn xưng ngài là Sơ tổ Tịnh độ tông.

[2] Lục kinh của Nho gia bao gồm: Kinh Thi, Kinh Thư, Kinh Lễ, Kinh Nhạc, Kinh Dịch và Kinh Xuân Thu.

[3] Ngài Đạo An sinh năm 312, viên tịch năm 385, quê ở Phù Liễu, Thường Sơn, nay là Ký huyện thuộc tỉnh Hà Bắc. Ngài là bậc cao tăng đương thời, hết lòng xiển dương Tịnh độ nhưng uyên bác các kinh luận Bát-nhã, Trung quán, được ngài Cưu-ma-la-thập suy tôn là Đông phương Thánh nhân. Người đương thời xưng tán ngài là Di Thiên Thích Đạo An.

[4] Tức là năm 381.

[5] Thần vận (神運) là hàm ý khi xây chùa có thần núi giúp vận chuyển cây gỗ đến.

tâm tu hành, trong ba mươi năm không hề rời núi, không vướng chuyện trần tục, chỉ một lòng hướng về Tây phương Cực Lạc.

Ngài chế ra khí cụ gọi là "liên hoa lậu"[1] để phân chia thời khắc trong ngày, theo đó mà hành trì lễ bái, niệm Phật không sai sót. Những người tham gia Bạch Liên Xã [có đến hơn ba ngàn, trong đó riêng] các vị cao tăng, danh nho là một trăm hai mươi ba người. Tất cả đều chuyên tâm niệm Phật hết sức tinh tấn.

Đại sư đã ba lần được nhìn thấy thánh tướng Tây phương Cực Lạc nhưng lặng lẽ không nói cho ai biết. Mãi đến mười chín năm sau, vào một đêm cuối tháng bảy, ngài nhập định ở đài Bát-nhã, vừa xuất định liền nhìn thấy đức Phật A-di-đà hiện thân giữa vầng hào quang tròn sáng bao trùm khắp cả hư không, có vô số các vị hóa Phật, mỗi vị đều có các Bồ Tát Quán Thế Âm và Đại Thế Chí đứng hầu hai bên. Lại thấy có dòng nước chảy tỏa ra ánh sáng rực rỡ, phân thành mười bốn nhánh, uốn lượn lên xuống, phát ra âm thanh diễn thuyết pháp mầu. Đức Phật A-di-đà dạy rằng: "Ta dùng nguyện lực đến đây để giúp ông thêm tín tâm. Trong bảy ngày nữa, ông sẽ vãng sinh về Cực Lạc."

Khi ấy, ngài nhìn thấy các vị Phật-đà-da-xá, Tuệ Trì, Tuệ Vĩnh, Lưu Di Dân... đều đứng hầu bên Phật, mới biết họ đã vãng sinh từ trước.

Đại sư hoan hỷ, hôm sau nói với đồ chúng rằng: "Ta từ khi đến tu tập ở đất này, đã ba lần nhìn thấy thánh tướng. Hôm nay lại nhìn thấy, nhất định sẽ sinh về Tịnh độ."

Đúng bảy ngày sau, Đại sư an nhiên viên tịch trong tư thế

---

[1] Liên hoa lậu (蓮花漏), cũng gọi tắt là liên lậu, là một loại khí cụ được chế tạo bằng đồng, có hình dạng như hoa sen (liên hoa - 蓮花), được thả nổi trên hồ nước, dưới đáy có một lỗ nhỏ để nước thấm rỉ (lậu - 漏) vào. Khi nước thấm vào bên trong dâng lên quá nửa thì hoa sen ấy chìm xuống. Một ngày đêm được tính toán phân chia làm 12 lần hoa sen chìm. Nhờ khí cụ này, chư tăng tuy ở trong núi sâu nhưng vẫn biết được giờ giấc chính xác để hành trì đều đặn, liên tục.

tĩnh tọa. Hôm ấy là ngày mồng sáu tháng tám, niên hiệu Nghĩa Hy năm thứ 12.[1]

Đại sư Tuệ Vĩnh

Đại sư Tuệ Vĩnh sinh vào đời Tấn, quê ở đất Hà Nội.[2] Ngài xuất gia từ năm mười hai tuổi, từng cùng với đại sư Tuệ Viễn theo học Pháp sư Đạo An. Vào năm đầu niên hiệu Thái Nguyên,[3] ngài dừng chân an trụ ở Lô sơn. Quan thứ sử Đào Phạm phát tâm sửa sang ngôi nhà ở của mình thành chùa Tây Lâm, dâng cúng cho ngài làm nơi tu tập. Từ đó ngài dứt sạch mọi trần duyên, chuyên tâm hướng về Cực Lạc.

Niên hiệu Nghĩa Hy năm thứ mười,[4] ngài có bệnh, đang nằm bỗng dưng sửa áo ngay ngắn muốn đứng dậy, tăng chúng đều kinh sợ thưa hỏi, Đại sư nói: "Phật đến đón ta." Nói xong thì an nhiên thị tịch, có mùi hương lạ tỏa lan, lưu lại đến bảy ngày mới tan hết. Vua Đường Huyền Tông truy phong thụy hiệu cho ngài là Giác Tịch Đại Sư.

Đại sư Tăng Duệ

Đại sư Tăng Duệ sinh vào đời Tấn, quê ở Ký Châu. Ngài từng đi tham học khắp nơi, đi xa đến tận Ấn Độ, rồi quay về đất Quan Trung, theo ngài La-thập học hỏi nghĩa lý Kinh điển.

Về sau, ngài tham gia vào Bạch Liên Xã do ngài Tuệ Viễn sáng lập ở Lô Sơn, chuyên tâm niệm Phật. Niên hiệu Nguyên Gia đời Lưu Tống, năm thứ 16,[5] ngài đang khỏe mạnh bỗng nói với tăng chúng rằng: "Ta sắp đi rồi." Nói xong, quay mặt về phương Tây, chắp tay cung kính rồi thị tịch. Tăng chúng đều nhìn thấy một đóa sen vàng hiện ra phía trước giường nằm của

---

[1] Tức là năm 416.

[2] Tên đất thời cổ, nay là Vũ Trắc thuộc tỉnh Hà Nam, Trung Quốc.

[3] Tức là năm 376.

[4] Tức là năm 414.

[5] Tức là năm 439.

đại sư, trong chốc lát rồi biến mất, có cụm mây thơm đủ năm màu từ trong phòng ngài bay ra.

Đại sư Đạo Kính

Đại sư sinh vào đời Tấn, họ Vương, người xứ Lang Gia. Ông nội ngài là Vương Ngưng Chi,[1] làm quan Thứ sử Giang Châu. Ngài xuất gia với Đại sư Tuệ Viễn, năm mười bảy tuổi đã học thông kinh luận, mỗi ngày có thể ghi nhớ đến hàng vạn câu.

Đại sư tin sâu pháp môn niệm Phật, sớm tối chuyên cần không thời khóa nào bỏ sót. Vào năm đầu niên hiệu Vĩnh Sơ,[2] ngài không bệnh, bỗng nói với tăng chúng: "Thầy ta có lời dạy, đến lúc ta đi rồi." Nói xong, ngồi đoan nghiêm niệm Phật rồi thị tịch. Tăng chúng đều thấy hào quang sáng rực cả phòng, hồi lâu mới hết.

Đại sư Tăng Hiển

Đại sư Trúc Tăng Hiển[3] sống vào đời nhà Tấn, đến vùng Giang Đông thì mắc bệnh. Ngài chuyên tâm niệm Phật hướng về Tây phương Cực Lạc, kiên trì giữ đúng thời khóa công phu, không ngại khó khổ. Một hôm bỗng nhìn thấy đức Phật A-di-đà, phóng hào quang chiếu sáng thân mình, bệnh tật trong người liền lập tức dứt hết.

Ngài liền tắm rửa sạch sẽ, kể lại với những người chung quanh những điều đã thấy và khuyên răn việc tin sâu nhân quả, lời lẽ hết sức tha thiết. Sáng sớm hôm sau, ngài tĩnh tọa niệm Phật rồi thị tịch.

---

[1] Vương Ngưng Chi là con thứ của nhà thư pháp lừng danh Vương Hy Chi.

[2] Tức là năm 420.

[3] Vào thời xưa, một số vị tăng thường lấy chữ Trúc (竺) đặt trước pháp hiệu, hàm nghĩa Thiên Trúc, tức là Ấn Độ, cách dùng cũng tương tự như ngày nay dùng chữ Thích (釋).

Đại sư Tuệ Quang

Đại sư Tuệ Quang sống vào đời Tề, cư trú ở Lạc Dương, từng soạn các bộ sớ giải kinh Hoa Nghiêm, kinh Niết-bàn, kinh Thập Địa.

Một hôm ngài có bệnh, bỗng nhìn thấy chư thiên nghênh đón. Ngài từ chối, nói: "Tôi chỉ nguyện sinh về một nơi duy nhất là Cực Lạc mà thôi."

Nói rồi liền chuyên tâm niệm Phật, sau đó liền nhìn thấy hóa Phật hiện ra trên không trung tiếp đón. Ngài quỳ lạy nói: "Nguyện Phật tiếp dẫn."

Ngài khấn lễ vừa xong thì viên tịch.

Đại sư Đạo Trân

Ngài Đạo Trân sống vào đời Lương, tu theo pháp môn Tịnh độ tại Lô Sơn. Có lần, ngài nằm mộng thấy một chiếc thuyền giữa biển đi về hướng Tây, liền hỏi thuyền đi đâu. Trên thuyền trả lời là sang nước Cực Lạc. Ngài xin được cùng đi, người trên thuyền nói: "Ông còn chưa gột rửa thân tâm,[1] chưa tụng kinh A-di-đà, nên chưa đến nơi ấy được."

Đại sư tỉnh dậy liền xây nhà tắm cho chư tăng, lại từ đó kiên trì tụng kinh A-di-đà, trải qua nhiều năm không biếng trễ. Về sau, có lần ngài nhìn thấy một cái đài bằng bạch ngân sáng lóa từ trên không trung hạ xuống mặt hồ. Đại sư lặng lẽ ghi nhớ điềm lành ấy nhưng không nói cho ai biết.

Vào một đêm nọ, người trong thôn xóm gần đó bỗng nhìn thấy ở khoảng lưng chừng núi tự nhiên rực sáng như có cả ngàn

---

[1] Nguyên bản dùng "汝未營浴室" (nhữ vị doanh dục thất), nghĩa đen là "ông chưa xây nhà tắm". Tuy nhiên hàm ý theo giảng giải trong Thiếu Thất lục môn (少室六門), phần Phá tướng luận (Đại Chánh tạng, Tập 48, kinh số 2009, trang 369, tờ b, bắt đầu từ dòng thứ 4) thì chỉ cho việc gột rửa thân tâm thanh tịnh, không dùng với nghĩa "tắm rửa" thân xác thịt như thông thường. Chúng tôi cho rằng ý nghĩa này thích hợp với ngữ cảnh ở đây hơn.

bó đuốc, ánh sáng phản chiếu qua lại với nhau càng thêm rực rỡ, ai nấy đều cho là có các vua lên núi lễ bái. Sáng hôm sau có người vào núi xem, mới biết Đại sư Đạo Trân đã viên tịch trong đêm.[1]

Đại sư Đàm Loan

Đời Hậu Ngụy có Đại sư Đàm Loan, thuở nhỏ từng đến núi Ngũ Đài, cảm sự linh dị mà xuất gia nhưng trong lòng lại ưa thích thuật trường sinh của Đạo giáo, nên có nhận 10 quyển Tiên kinh của Đào Ẩn Cư.

Về sau, ngài được gặp Đại sư Bồ-đề-lưu-chi, thưa hỏi: "Đạo Phật có thuật trường sinh bất tử không?" Ngài Bồ-đề-lưu-chi cười nói: "Trường sinh bất tử chính là của đạo Phật." Liền truyền cho một quyển kinh Thập Lục Quán, dạy rằng: "Con học được kinh này thì không còn tái sinh trong ba cõi, không còn rơi vào sáu đường luân hồi nữa, còn nói về tuổi thọ thì dù tính số kiếp thạch[2] nhiều như cát sông cũng không bằng được."

Ngài Đàm Loan hết sức vui mừng, liền đốt sạch Tiên kinh, từ đó chuyên tâm tu theo pháp môn Tịnh độ. Ngài hành trì tinh tấn, quanh năm dù thời tiết mưa nắng, nóng lạnh cũng chưa từng giải đãi chút nào. Vua Ngụy cung kính gọi ngài là Thần Loan.

Một hôm, ngài gặp một vị tăng Ấn Độ đến bảo: "Tôi là Long Thụ, vì cùng chí hướng tu tập với ông nên đến đây gặp mặt."

---

[1] Câu chuyện này được tìm thấy trong quyển 3 của sách Lạc bang văn loại (樂邦文類), gồm 5 quyển, được xếp vào Đại Chánh tạng thuộc Tập 47, kinh số 1969A, trang 194, tờ b, bắt đầu từ dòng thứ 27. Nguyên bản ở đây có nhiều chi tiết hơn, có lẽ An Sĩ toàn thư đã lược bớt.

[2] Kiếp thạch: cách nói dựa theo một ví dụ trong kinh Phật, có dẫn lại trong Trí Độ Luận, quyển 5. Đức Phật dùng thí dụ rằng, có một ngọn núi đá cao rộng đều 40 dặm, lại có một người trường thọ, cứ một trăm năm thì đến chỗ núi đá ấy, dùng tấm khăn lụa nhuyễn mềm mà quất vào núi đá cho mòn đi. Đến khi núi ấy mòn hết là một kiếp thạch. Người sau dùng danh từ này chủ yếu là để chỉ một quãng thời gian rất lâu.

Ngài Đàm Loan nhân đó tự biết đã đến lúc ra đi, liền tập hợp tăng chúng rồi răn nhắc rằng: "Những nỗi khổ ở địa ngục, các ông không thể không sợ sệt; chín phẩm tòa sen nơi Tịnh độ, các ông không thể không gắng tu."

Ngài răn nhắc rồi liền dạy đệ tử cùng nhau lớn tiếng niệm Phật. Ngài quay về hướng Tây cung kính lễ lạy xong rồi viên tịch. Tăng chúng đều nghe có tiếng nhạc trời vọng từ phương Tây dần tới, hồi lâu mới dứt.

Đại sư Trí Khải

Đại sư Trí Khải[1] sống vào đời Tùy, hiệu là Trí Giả. Từ thuở ấu thơ ngài đã biết lễ bái tượng Phật, gặp chư tăng liền chắp tay cung kính vái chào. Năm lên 18 tuổi, ngài xuất gia tại chùa Quả Nguyện. Về sau lễ bái theo học với thiền sư Nam Nhạc Tuệ Tư.[2]

Ngài từng soạn sớ giải kinh Thập lục quán (Quán kinh), Thập nghi luận và nhiều sách khác để xưng tán, xiển dương pháp môn Tịnh độ.

Vào lúc sắp viên tịch, ngài nói với đệ tử: "Trần duyên đến đây đã dứt." Nói rồi xướng đề kinh Thập lục quán. Sau đó lại dạy rằng: "Cõi Tây phương Tịnh độ, [nương theo nguyện lực của Phật A-di-đà nên] rất dễ vãng sinh, [chỉ tiếc cho chúng sinh đối với pháp môn này khó tin khó nhận, nên hóa ra vãng sinh] không được mấy người. Ngay khi tướng bánh xe lửa [cõi địa ngục] đã hiện ra, nếu biết khởi tâm cải hối còn được vãng sinh, huống chi người từ lâu tu tập giới định?"

Đệ tử là Trí Lãng thưa hỏi: "Chưa biết đại sư được địa vị thế nào?" Đại sư đáp: "Chỉ được vào hàng ngũ phẩm[3] thôi." Trong

---

[1] Đại sư Trí Khải (智顗) họ Trần, tên tự là Đức An, người Hoa Dung, Kinh Châu, nay là Tiềm Giang thuộc tỉnh Hồ Bắc. Cũng có tài liệu khác nói ngài là người Dĩnh Xuyên, nay thuộc tỉnh Hà Nam. Ngài sinh năm 538, viên tịch vào năm 597.

[2] Thiền sư Nam Nhạc Tuệ Tư (南嶽慧思) họ Lý, người Vũ Tân, Dự Châu, nay thuộc tỉnh Hà Nam, sinh năm 515, viên tịch vào năm 577.

[3] Hàng ngũ phẩm, tức là Trung phẩm trung sinh, xếp thứ 5 trong chín phẩm.

chốc lát lại nói: "Đại sĩ Quán Âm đã đến đón ta." Nói xong, ngài xưng niệm Tam bảo rồi ngồi an nhiên thị tịch, như người nhập vào thiền định.

Pháp sư Đăng

Pháp sư Đăng sống vào đời Tùy, khi giảng kinh Niết-bàn ở chùa Hưng Quốc, Tịnh Châu thường khuyên những người đến nghe kinh niệm Phật cầu vãng sinh.

Vào niên hiệu Khai Hoàng năm thứ 12,[1] ngài lâm chung, có mùi hương lạ tỏa lan khắp phòng. Đến lúc nhập quan lại có mây lành và hương thơm ở khắp quanh vùng.

Hòa thượng Thiện Đạo

Hòa thượng Thiện Đạo sống vào đời Đường. Trong khoảng niên hiệu Trinh Quán,[2] gặp được đạo tràng Cửu Phẩm của thiền sư Đạo Xước ở Tây Hà, hết sức vui mừng ngợi khen rằng: "Đây mới quả thật là pháp môn tiếp dẫn trọng yếu để được về nước Phật."

Từ đó ngài nỗ lực tu tập, ngày đêm hành trì lễ bái tụng kinh. Mỗi khi ngài nhập thất, quỳ gối niệm Phật đến kiệt sức mới thôi, bất kể thời tiết rét buốt hoặc nóng bức. Lúc đi ra ngoài thì ngài luôn vì người khác giảng pháp Tịnh độ. Ngài tinh tấn như vậy, trong hơn ba mươi năm chưa một lần nào rơi vào trạng thái hôn trầm. Mỗi khi gặp món ăn ngon, ngài mang trả lại nhà bếp để dành cho người khác, còn tự mình chỉ dùng những món ăn đơn sơ, thô kém. Có người cúng dường tịnh tài, ngài sử dụng tất cả vào việc chép kinh A-di-đà, được mười vạn quyển, lại thực hiện các bức vẽ hình tướng Phật và các tích truyện được ghi chép trong Kinh điển, trước sau được ba trăm bức. Những người được Hòa thượng giáo hóa theo về pháp môn Tịnh độ rất

---

[1] Tức là năm 592.

[2] Niên hiệu Trinh Quán kéo dài từ năm 627 đến năm 649.

đông. Trong số đó có những người tụng kinh A-di-đà lên đến mười vạn lần, hoặc đến năm mươi vạn lần; có người hành trì niệm Phật mỗi ngày đến một vạn Phật hiệu, có người niệm đến mười vạn Phật hiệu. Lại có những người chứng đắc Niệm Phật Tam-muội, có những người được vãng sinh Cực Lạc... số lượng rất nhiều, không thể ghi chép hết.

Hòa thượng có bài kệ khuyên người đời như sau:

Ngày qua ngày da nhăn tóc bạc,
Tháng năm tàn gối mỏi chân run.
Ví như được đầy nhà vàng ngọc,
Cũng làm sao tránh được bệnh suy?

Cứ xem như hưởng muôn khoái lạc,
Cuối cùng rồi chẳng khỏi vô thường.
Chỉ một đường tu hành thẳng tắt,
A-di-đà một niệm thoát trần.

Một ngày nọ, ngài không bệnh, bỗng nhiên nói với mọi người: "Thân xác này thật đáng chán lìa. Nay ta về Tây phương Cực Lạc." Nói rồi trèo lên cây liễu cao mà thị tịch.

Vua Đường Cao Tông nghe biết sự việc, ban tặng cho ngôi chùa nơi ngài tu tập một tấm biển ngạch lớn đề hai chữ "Quang Minh".

Pháp sư Thiếu Khang

Pháp sư Thiếu Khang sống vào đời Đường, người xứ Tấn Vân, năm mười lăm tuổi đã học thông các kinh Pháp Hoa, Lăng Nghiêm...

Vào khoảng niên hiệu Trinh Nguyên,[1] ngài nhìn thấy bức văn tự bên trong chùa Bạch Mã phóng tỏa hào quang, liền đến

---

[1] Niên hiệu Trinh Nguyên đời Đường kéo dài từ năm 785 đến năm 805.

xem mới biết đó là bài văn Hóa đạo Tây phương của Cố hòa thượng Thiện Đạo.

Khi ấy, ngài liền nguyện rằng: "Nếu tôi có duyên cùng pháp môn Tịnh độ, xin phóng quang lần nữa." Lời nguyện vừa dứt, hào quang liền phóng chiếu chói sáng hơn trước. Ngài liền đến Trường An, chiêm ngưỡng lễ bái nơi thờ di ảnh của Hòa thượng Thiện Đạo, bỗng nhiên nhìn thấy di ảnh bay lên không trung.

Về sau, ngài đến Tân Định khuyên dạy người niệm Phật. Trước tiên chỉ dạy trẻ con, em nào niệm một Phật hiệu thì cho một xu tiền. Thời gian sau thì tăng số lần lên, niệm đủ mười Phật hiệu sẽ cho một xu. [Dần dần mở rộng ra khuyên dạy hết thảy mọi người.] Được hơn một năm thì ở xứ ấy từ trẻ đến già, kẻ giàu người nghèo đều biết niệm Phật.

Ngài lại đến núi Ô Long xây dựng đạo tràng Tịnh độ, khuyến khích mọi người cùng nhau tu học.

Vào niên hiệu Trinh Nguyên năm thứ 21,[1] ngày mồng ba tháng mười, ngài dặn dò lại với đại chúng kẻ tăng người tục, rằng: "Đối với cõi Tịnh độ, nên khởi tâm hâm mộ ưa thích, đối với cõi Ta-bà, nên khởi tâm chán lìa." Nói xong, ngài phóng hào quang lạ cho mọi người đều nhìn thấy rồi thị tịch.

Đại sư Hoài Ngọc

Đại sư Hoài Ngọc sống vào đời Đường, quê ở Đài Châu. Ngài thường mặc áo vải thô, mỗi ngày chỉ ăn một bữa, lại thường ngồi không nằm. Ngài tụng kinh A-di-đà đến ba mươi vạn lần, thời khóa niệm Phật mỗi ngày đến năm vạn Phật hiệu.

Vào niên hiệu Thiên Bảo năm đầu tiên,[2] ngài nhìn thấy hình tượng Phật A-di-đà và thánh chúng biến hiện khắp cả hư không, lại thấy một người mang đài sen bạc đến. Đại sư nói: "Ta một đời tinh tấn, nguyện được sinh đài sen vàng, vì sao lại không

---

[1] Tức là năm 805.

[2] Tức là năm 742.

được?" Ngay khi ấy liền thấy đài sen bạc không còn nữa.

Trải qua hai mươi mốt ngày sau, Đại sư lại nhìn thấy người mang đài hôm trước đến bảo rằng: "Ông đã có sự tinh tấn, được lên hàng Thượng phẩm, nên chuẩn bị tòa ngồi mà đợi."

Qua ba ngày sau nữa, có hào quang lạ bỗng dưng tỏa chiếu sáng rực trong phòng đại sư, ngài liền nói với đệ tử: "Ta sinh về Tịnh độ." Nói rồi mỉm cười an nhiên thị tịch.

Quận Thái Thú khi ấy là Đoàn Công[1] có làm bài kệ xưng tán rằng:

Thầy ta một niệm lên sơ địa,
Hai lần nhạc trổi đón về Tây.
Chỉ riêng một cây hòe trước cửa,
Oằn cành trĩu nặng bởi đài vàng.

Đại sư Đạo Ngang

Đại sư Đạo Ngang sống vào đời Đường, quê ở quận Ngụy, thường giảng các kinh Hoa Nghiêm, Địa Luận... lại khuyên người cầu vãng sinh Tây phương Cực Lạc.

Về sau, ngài biết thời điểm vãng sinh, nói trước là vào tháng tám sắp tới, nhưng không ai tin. Đến ngày mồng một tháng tám, ngài không bệnh, bỗng dưng hỏi người chung quanh đã đến giờ ngọ trai hay chưa, rồi lên tòa cao ngồi. Khi ấy, lò hương trầm không người đốt bỗng tự nhiên cháy lên, ngài tụ họp bốn chúng giảng giải Bồ Tát giới. Thuyết pháp vừa xong, bỗng thấy rất nhiều chư thiên hiện ra trên không trung, đàn sáo réo rắt, ngài liền bảo tăng chúng: "Chư thiên cõi trời Đâu-suất đến đón ta, nhưng cõi trời vẫn là gốc sinh tử, không phải tâm nguyện của ta. Ta vốn cầu vãng sinh Tây phương Cực Lạc, không biết vì sao không được toại nguyện." Trong chốc lát, nhạc trời liền im tiếng, lại thấy có hương thơm, hoa đẹp cùng âm nhạc từ

---

[1] Tức Đoàn Hoài Nhiên.

phương tây dần hiện đến, đầy cả hư không, rồi đến xoay quanh trên đỉnh đầu đại sư. Đại chúng nhìn lên chiêm ngưỡng, hết thảy mọi người đều kinh ngạc tán thán. Đại sư nói: "Thánh tướng Tịnh độ đã xuất hiện, ta đi đây." Vừa nói xong, lư hương bỗng rơi khỏi tay, liền ở ngay trên tòa cao thị tịch.

Đại sư Tăng Huyễn, Đại sư Khải Phương, Đại sư Viên Quả

Đại sư Tăng Huyễn sống vào đời Đường, quê ở Tịnh Châu. Đại sư buổi đầu tu học luôn niệm tưởng đến Bồ Tát Di-lặc, nguyện sinh lên cung trời Đâu-suất. Đến năm chín mươi tuổi mới gặp ngài Đạo Xước, được nghe pháp môn Tịnh độ, liền chuyển tâm niệm Phật A-di-đà, mỗi ngày lễ lạy cả ngàn lượt, chuyên tâm không hề giải đãi.

Sau đó, ngài có bệnh, liền bảo chúng đệ tử rằng: "Ta được đức Phật A-di-đà trao cho tấm y thơm, hai vị Bồ Tát Quán Âm, Thế Chí đều đưa tay báu ra đón. Nay ta đi đây." Nói xong liền thị tịch, có mùi hương lạ lan tỏa chung quanh, trải qua bảy ngày vẫn chưa tan hết.

Lúc bấy giờ có hai vị pháp sư là Khải Phương và Viên Quả đều chính mắt nhìn thấy Đại sư Tăng Huyễn vãng sinh, liền phát tâm dũng mãnh, nguyện vãng sinh Tây phương.

Cả hai vị đều chuyên tâm niệm Phật suốt cả ngày đêm, không hề bỏ sót. Một hôm bỗng nhìn thấy cảnh hồ bảy báu, ven bờ hồ có Phật A-di-đà và các vị đại sĩ cùng ngồi trên tòa báu. Hai vị cùng đảnh lễ. Đức Phật A-di-đà dạy rằng: "Bất kỳ ai niệm danh hiệu ta, đều được vãng sinh về cõi nước ta." Lại nhìn thấy có ba bậc thềm báu, trên đó thấy một bậc chỉ toàn những người cư sĩ, một bậc gồm nửa tăng, nửa tục, còn một bậc chỉ thuần các vị tăng, tất cả đều là những người đã chí tâm niệm Phật được vãng sinh.

Năm ngày sau đó, bỗng nghe có tiếng chuông, cả hai vị pháp sư đều cùng lúc thị tịch.

Đại sư Thọ Hồng

Đại sư Thọ Hồng sống vào đời Đường, quê ở Phần Dương. Ngài chuyên tâm niệm Phật, cầu vãng sinh Tây phương Cực Lạc. Đến lúc lâm chung nhìn thấy đồng tử từ cõi trời Đâu-suất đến nghênh tiếp. Đại sư nói: "Ta nguyện vãng sinh Tây phương, không muốn sinh lên cõi trời." Liền bảo đại chúng cùng niệm Phật. Không lâu sau, Đại sư bỗng nói: "Phật từ Tây phương đến." Nói xong liền viên tịch.

Đại sư Đại Hạnh

Đại sư Đại Hạnh sống vào đời Đường, cư trú ở Thái Sơn, tu tập sám pháp Phổ Hiền trong suốt ba năm, cảm ứng Bồ Tát Phổ Hiền hiện thân.

Lúc tuổi già, Đại sư đứng trước Tạng kinh phát nguyện rồi đưa tay rút ngẫu nhiên một quyển, nhằm quyển kinh A-di-đà. Từ đó, Đại sư ngày đêm chuyên tâm trì tụng, được hai mươi mốt ngày thì nhìn thấy mặt đất bằng lưu ly, bên trên có đức Phật A-di-đà và các vị Bồ Tát hiện thân.

Vua Đường Hy Tông nghe biết chuyện ấy, ban chiếu thỉnh Đại sư vào cung, tôn xưng hiệu là Thường Tinh Tấn Bồ Tát.

Một năm sau đó, Đại sư lại nhìn thấy đất bằng lưu ly hiện ra, ngay trong ngày hôm ấy liền thị tịch, có mùi hương lạ tỏa lan quanh đó suốt tuần, nhục thân để lại không hư hoại.

Đại sư Minh Chiêm

Đại sư Minh Chiêm sống vào đời Đường, đến tuổi già mới lập nguyện vãng sinh Cực Lạc, chuyên tâm niệm Phật không thôi. Có người ngờ rằng Đại sư đã quá già, việc tu niệm Phật e rằng đã trễ. Đại sư nói: "Người niệm mười niệm thành công còn được gặp Phật, huống chi ta có gì phải lo?"

Về sau, Đại sư có bệnh, bày tiệc chay ở chùa Hưng Thiện để

từ biệt hết kẻ tăng người tục. Lúc bấy giờ, quan Bộc xạ[1] Phòng Huyền Linh cùng Đỗ Như Hối đều có mặt.

Đến lúc vừa quá ngọ, Đại sư chỉnh trang y phục, tư thế nghiêm trang, bắt đầu niệm Phật. Trong chốc lát đã vội nói: "Đức Phật đến rồi, cả hai vị đại sĩ cũng đến." Liền đứng thẳng người chắp tay cung kính rồi thị tịch.

Thiền sư Vĩnh Minh Diên Thọ

Đại sư Vĩnh Minh sống vào thời Ngô Việt, người ở huyện Dư Hàng. Ban đầu, ngài làm quan giữ kho của huyện, nhân đó thường tự ý xuất tiền bạc trong kho đến Tây Hồ mua tôm cá... các loại vật mạng để phóng sinh. Sự việc bị phát hiện, y theo luật pháp phải chịu tử hình. Ngài nghe báo tin, vui mừng nói: "Lần này tuy phải chết nhưng tôi nhất định được sinh về Tây phương Cực Lạc, bởi số lượng vật mạng tôi đã phóng sinh nhiều đến nỗi không thể biết đã đến bao nhiêu ngàn vạn..."

Tiền Mục Vương [nghe biết rõ sự việc liền] đặc biệt ban lệnh đặc xá cho ngài, thuận cho phép xuất gia theo ý nguyện, lại ban cho tên hiệu là Diên Thọ.

Ngài xuất gia theo học với thiền sư Tứ Minh Thúy Nham, tham học thêm với Thiều Quốc sư ở núi Thiên Thai, nhận biết được ý chỉ tâm yếu của Thiền tông.

Về sau, ngài về trụ trì chùa Vĩnh Minh, chuyên tu theo pháp môn Tịnh độ, thực hành nhiều phước nghiệp. Mỗi buổi tối ngài một mình vào núi đi kinh hành niệm Phật, người quanh đó đều nghe có tiếng nhạc trời giữa không trung. Vua Ngô Việt là Trung Ý Vương [Tiền Hoằng Thục] xưng tán rằng: "Từ xưa, những người cầu vãng sinh Tây phương chưa có ai được chuyên tâm tha thiết đến như vậy." Vua liền cho xây điện Tây Phương Hương Nghiêm để thành tựu chí nguyện của ngài.

---

[1] An Sĩ toàn thư dùng chữ này để chỉ chức vụ Tể tướng của Phòng Huyền Linh. Đúng ra, các danh xưng Tả, Hữu Bộc xạ sang đời Tống mới có.

Vào niên hiệu Khai Bảo năm thứ 8,[1] ngày 26 tháng 2, sáng sớm ngài đốt hương cáo chúng, xong ngồi kiết già mà tịch.

Về sau, có một vị tăng đến từ Lâm Xuyên, ở lại đó và hằng ngày đều cung kính đi nhiễu quanh tháp của Đại sư, trải qua nhiều năm như vậy. Có người thấy lạ hỏi nguyên do, vị tăng ấy đáp: "Tôi có lần bị bệnh suýt chết, thần thức đã xuống đến âm ty, nhìn thấy điện bên trái có tượng một vị tăng, Diêm vương mỗi ngày hai buổi đều cung kính lễ bái. Tôi hỏi thầm một người về pho tượng, người ấy nói: "Đó là thiền sư Vĩnh Minh Diên Thọ ở Hàng Châu. Ngài đã vãng sinh Tây phương Cực Lạc vào hàng thượng phẩm, Diêm vương kính trọng đức hạnh của ngài nên lễ kính."

Đại sư Chí Thông

Đại sư Chí Thông, họ Thạch, sống vào đời Tấn, người huyện Phụng Tường. Nhân gặp được nghi thức tu tập Tịnh độ của Đại sư Trí Giả, ngài hết sức vui mừng thích thú. [Để tỏ lòng tôn kính nên] từ đó không bao giờ quay mặt về hướng tây khạc nhổ, không bao giờ ngồi quay lưng về hướng Tây. Đại sư hết lòng chuyên tâm niệm Phật.

Về sau, ngài nhìn thấy tướng bạch hạc, khổng tước hiện thành hàng, bay quanh đến hướng tây thì hạ xuống, lại thấy có hoa sen nở ra khép lại ngay trước mặt mình. Đại sư liền nói: "Bạch hạc với khổng tước, đều là cảnh ở Tịnh độ. Hoa sen tỏa sáng, đó là nơi ta được sinh về. Tịnh độ đã hiển hiện tại đây rồi." Ngay khi ấy ngài liền lễ Phật rồi thị tịch.

Vào lúc trà-tỳ nhục thân,[2] có mây lành năm sắc hiện ra che phủ bên trên thân ngài. Trà-tỳ xong, nhìn thấy xá lợi xếp thành hàng rất nhiều.

---

[1] Tức là năm 975.

[2] Tức là làm lễ hỏa táng.

Pháp sư Viên Tịnh Thường

Pháp sư Viên Tịnh Thường sống vào đời Tống, quê ở Tiền Đường, xuất gia từ năm bảy tuổi.

Vào khoảng niên hiệu Thuần Hóa,[1] Đại sư ở chùa Nam Chiêu Khánh, rất mến mộ đạo phong của Đại sư Tuệ Viễn nơi Lô Sơn trước đây, phát tâm trích huyết chép một phẩm Tịnh Hạnh trong kinh Hoa Nghiêm để tỏ lòng thành, hồi hướng vãng sinh Tây phương Cực Lạc.

Ngài lập Hội niệm Phật [giống như Đại sư Tuệ Viễn trước đây,] các quan đại phu tham gia vào Hội đều tự xưng là đệ tử Tịnh Hạnh. Trong số đó, Văn Chính Công Vương Đán là người đứng đầu. Có lúc, các vị công khanh quan chức tham gia Hội lên đến 120 người, các vị tỳ-kheo nhiều đến cả ngàn người.

Quan Hàn lâm là Tô Dị Giản viết bài tựa cho phẩm kinh Tịnh Hạnh, có đoạn rằng: "Tôi sẵn lòng trải tóc lót dưới chân người, khoét thịt trong thân để cầu được nghe pháp, quyết không từ nan, huống gì chút học thức thô lậu cạn cợt này, lẽ nào lại tiếc giữ."

Vào niên hiệu Thiên Hy năm thứ tư,[2] ngày 12 tháng giêng, ngài đoan nghiêm ngồi niệm Phật. Không lâu, bỗng nói rằng: "Đức Phật đến rồi." Liền an nhiên thị tịch.

Đại sư Tịnh Quán

Đại sư Tịnh Quán sống vào đời Tống, tu tập nơi am Tịch Quang ở Gia Hòa. Ngài tu tập hành trì sám pháp Tịnh Độ trải qua hơn mười năm. Một hôm, ngài gọi đệ tử bảo rằng: "Qua hai mươi bảy ngày nữa, ta sẽ đi."

Hai ngày trước kỳ hạn ấy, Đại sư bỗng nhìn thấy hoa sen hồng hiện ra. Qua hôm sau lại thấy hoa sen vàng, hiện đầy

---

[1] Tức là trong khoảng từ năm 990 đến năm 994.

[2] Tức là năm 1020.

khắp quanh phòng, mỗi đóa sen đều có một đồng tử hóa thân ngồi trên, có dải lụa đẹp thắt quanh lưng. Sang ngày tiếp theo vừa đúng kỳ hẹn, ngài đến trước bàn thờ Phật ngồi nghiêm trang, bảo đại chúng niệm Phật, trong giây lát liền thị tịch.

Sám chủ Từ Vân

Đại sư Tuân Thức được người đương thời tôn xưng là Từ Vân Sám chủ, sống vào đời Tống, quê ở Đài Châu, huyện Lâm Hải. Ngài học theo công hạnh người xưa, nổi danh khắp cả hai vùng Chiết Đông và Chiết Tây.

Đại sư chuyên tu pháp môn Tịnh độ, thường hành trì pháp Tam-muội Bát-chu, trải qua chín mươi ngày đêm không ngủ nghỉ,[1] da dưới hai bàn chân rách cả, lại liên tục nôn ra máu. Đến đêm, Đại sư nằm mộng thấy Bồ Tát Quán Thế Âm đưa tay chỉ vào miệng, lại dùng nước cam lộ rảy lên thân, liền cảm thấy thân tâm mát mẻ, bệnh tật đều tiêu mất.

Đại sư có soạn các sách Tịnh độ quyết nghi hạnh nguyện và Tịnh độ sám pháp, lưu hành khắp nơi.

Vào ngày Đại sư viên tịch, ngài dâng hương lễ Phật, phát nguyện vãng sinh Tây phương Cực Lạc, đến tối thì viên tịch. Nhiều người đều nhìn thấy một ngôi sao lớn rơi xuống ngọn núi Linh Thứu.

Thiền sư Viên Chiếu Tông Bản

Thiền sư Tông Bản sống vào đời Tống, quê ở huyện Vô Tích, Thường Châu. Buổi đầu ngài tham học với thiền sư Thiên Y Nghĩa Hoài, khi niệm Phật có phần nhận hiểu tỉnh ngộ. Sau dời đến Tịnh Từ, rồi lại phụng chiếu đến Đông kinh, vào cung

---

[1] Người tu tập pháp Tam-muội Bát-chu nếu thành tựu có thể nhìn thấy chư Phật hóa hiện ngay trước mắt. Khi thực hành chọn một chu kỳ là từ 7 đến 90 ngày, hành giả từ sáng đến tối ngoài giờ ăn thì liên tục đi kinh hành hoặc đứng nghiêm trang niệm danh hiệu đức Phật A-di-đà, lúc đi lúc đứng đều chuyên tâm niệm, không hề giải đãi.

vua để giảng về yếu chỉ thiền học. Tuy vậy, thường ngày ngài vẫn âm thầm tu theo Tịnh độ.

Pháp sư Lôi Phong có lần xuất thần đến được cõi Cực Lạc, nhìn thấy một đóa sen rất đẹp liền hỏi, có người đáp: "Hoa ấy đợi thiền sư Tông Bản sinh về."

Lại có lần Tư Phúc Hy Công tìm đến lễ bái ngài rồi dâng cúng vàng, có người hỏi nguyên do, ông nói: "Tôi nhập định nhìn thấy một đóa hoa sen vàng, có người nói là đợi ngài Tông Bản vãng sinh. Lại thấy vô số những hoa sen khác, trong đó có những hoa bị héo úa, có người nói: Đó là những người đã thối tâm sa đọa. Nhân đó tôi liền hỏi: Ngài Tông Bản vốn tu theo Thiền tông, vì sao được nêu tên nơi Tịnh độ? Có người đáp rằng: Tuy ở trong Thiền tông nhưng ngài vẫn kiêm tu Tịnh độ."

Về sau, đến thời điểm lâm chung, ngài an nhiên ngồi ngay ngắn thị tịch. Vua ban tên thụy là Viên Chiếu Thiền sư.

Đại sư Cửu Pháp Hoa

Đại sư Khả Cửu sống vào đời Tống, cư trú ở Minh Châu. Ngài thường tụng kinh Pháp Hoa, phát nguyện vãng sinh về Tịnh độ, nên người đời gọi ngài là Đại sư Cửu Pháp Hoa.

Vào niên hiệu Nguyên Hữu thứ 8,[1] Đại sư đã 81 tuổi, một hôm ngồi ngay ngắn thị tịch. Qua ba hôm sau bỗng sống lại, bảo mọi người rằng: "Ta đã thấy cảnh Tịnh độ, so với trong kinh mô tả đều phù hợp, trên mỗi đài sen đều có nêu tên người sẽ được sinh về. Ta có thấy một đài sen vàng ghi tên Huân Công ở viện Quảng Giáo, phủ Thành Đô, lại có một đài ghi tên Tôn Thập Nhị Lang ở Minh Châu, một đài nữa ghi tên Khả Cửu. Ngoài ra còn thấy một đài bạc ghi tên Từ Đạo Cô ở Minh Châu." Nói xong liền thị tịch.

---

[1] Tức là năm 1093.

Năm năm sau, Từ Đạo Cô viên tịch, có hương thơm lạ lan tỏa khắp phòng.

Mười hai năm sau, Tôn Thập Nhị Lang qua đời, người ta nghe có tiếng nhạc trời nghênh đón, đều đúng như Đại sư đã báo trước.

Việc hoa sen nơi Cực Lạc sẵn đề tên, có người nghi hoặc cho là khó tin. Nhưng xét đến việc Đại sư ngồi mà thị tịch, rồi sống lại mà nói trước việc của nhiều năm sau đều đúng thật, như thế lẽ nào chưa đủ để tin sao?

Đại sư Tiệt Lưu

Đại sư họ Tưởng, tên Hạnh Sách,[1] là con thứ tám của quan Tư Nông ở Nghi Hưng vào cuối đời Minh.

Cha ngài được tôn xưng là Tiên sinh Lộc Trường,[2] một hôm nằm mộng thấy Đại sư Hám Sơn[3] đi thẳng vào phòng ngủ, bỗng dưng có người đến báo tin vợ ông là Dương phu nhân đã sinh con trai, sau này chính là Đại sư.

Năm ngài được 18 tuổi thì mất cha. Tang lễ vừa xong, ngài xin theo Hòa thượng Nhược Am xuất gia. Về sau, ngài nhận lời thỉnh của viện Phổ Nhân ở Ngu Sơn, đến đó xiển dương pháp môn Tịnh độ. Ngài đặt ra thời khóa sáu thời niệm Phật mỗi ngày, đều đặn một vạn Phật hiệu, dù bận rộn đến đâu cũng không bỏ sót.

Đại sư có soạn một tập Liên Tạng, nội dung khuyên răn những người xuất gia.

Vào niên hiệu Khang Hy năm thứ 19,[4] ngày mồng 9 tháng 7, Đại sư không bệnh, an nhiên ngồi ngay ngắn thị tịch.[5]

---

[1] Đại sư sinh năm 1626, viên tịch vào năm 1682.

[2] Tiên sinh Lộc Trường tức Tưởng Toàn Xương, là bậc lão nho ở Nghi Hưng, từng kết giao rất thân thiết với bốn vị đại sư nổi tiếng cuối đời Minh là Đại sư Hám Sơn, Đại sư Liên Trì, Đại sư Chân Khả và Đại sư Ngẫu Ích.

[3] Đại sư Hám Sơn vừa viên tịch trước đó 3 năm.

[4] Tức là năm 1680.

[5] Chúng tôi có lược bỏ 3 dòng nguyên tác Hán văn vì nội dung không còn thích hợp.

Chuyện vãng sinh của ni giới

Ni sư Đại Minh

Ni sư Đại Minh sống vào đời Tùy, mỗi khi vào thất lễ bái niệm Phật thì trước hết thay y phục sạch sẽ, miệng ngậm trầm hương. Tùy Văn Đế về sau hết sức kính trọng Ni sư.

Vào ngày ni sư thị tịch, đại chúng đều cảm nhận mùi trầm hương tỏa lan khắp quanh phòng, trong chốc lát bỗng có ánh hào quang rực rỡ hiện thành từng vầng, lớp lớp như mây, hướng về phương Tây rồi mờ nhạt dần.

Ni sư Tịnh Chân

Ni sư Tịnh Chân sống vào đời Đường, trú ở chùa Tích Thiện, Trường An, đắp y bằng vải vụn, hằng ngày đi khất thực.

Ni sư tụng kinh Kim Cang đến mười vạn lượt, hằng ngày chuyên tâm niệm Phật. Một hôm, ni sư nói với đệ tử: "Trong vòng năm tháng ta đã được thấy Phật mười lần, lại có hai lần thấy đồng tử đùa vui trên hoa sen báu. Ta được vãng sinh vào hàng thượng phẩm."

Ni sư vừa nói xong thì ngồi kiết già nghiêm trang thị tịch, ánh tường quang tỏa sáng cả phòng.

Ni sư Ngộ Tánh

Ni sư Ngộ Tánh sống vào đời Đường, ở Lô sơn tu pháp môn niệm Phật, kiên trì phát nguyện vãng sinh.

Một hôm, bỗng nghe trên không trung vang tiếng nhạc, ni sư bảo đệ tử quanh mình rằng: "Ta được vãng sinh vào hàng trung phẩm, nhìn thấy được những người cùng chí hướng tinh tấn niệm Phật đều có hoa sen đợi nơi Cực Lạc. Các con mỗi người đều phải tự nỗ lực."

Nói xong liền thị tịch.

Ni sư Năng Phụng

Ni sư Năng Phụng sống vào đời Tống, quê ở Tiền Đường. Ni sư chuyên tu theo pháp môn Tịnh độ, đã từng nằm mộng thấy hào quang của Phật chiếu vào thân mình.

Đến khi ni sư nghe được tiếng lành giữa không trung, liền nói với đồ chúng: "Đã đến lúc ta vãng sinh rồi."

Trong phút chốc, đồ chúng bỗng nghe tiếng niệm Phật của ni sư hết sức mạnh mẽ, nhìn lại thì đã thấy ngài ngồi yên chắp tay hướng về phương Tây mà thị tịch, hương thơm lạ tỏa lan khắp phòng, lại có tiếng nhạc xa dần về phương Tây rồi mất.

Ni sư Pháp Tạng

Ni sư Pháp Tạng sống vào đời Tống, ở Kim Lăng. Ni sư chuyên cần quyết chí niệm Phật, không quan tâm vướng bận mọi việc bên ngoài.

Một đêm, ni sư nhìn thấy đức Phật A-di-đà và các vị Bồ Tát đến, ánh hào quang rực sáng vi diệu, liền chắp tay niệm Phật mà thị tịch.[1]

Lời bàn

Đại sư Liên Trì nói rằng: "Khi đức Phật cho phép di mẫu xuất gia, có than rằng Chánh pháp do đây sẽ diệt mất sớm hơn. Ví như phụ nữ xuất gia tất cả đều được như năm vị nêu trên, thì Chánh pháp lại càng xương thịnh biết bao. Chỉ tiếc là việc đời không thể được như thế, nên lời báo trước của Phật quả thật không sai."

---

[1] Chúng tôi lược bỏ hai dòng trong nguyên tác Hán văn vì nội dung không còn thích hợp.

Chuyện vãng sinh của vua quan

Vua Ô-trường[1]

Vua Ô-trường, mỗi khi có được chút thời gian rảnh rỗi sau khi giải quyết muôn ngàn công việc của đất nước, rất thích học hỏi Phật pháp. Vua thường nói với các quan hầu cận rằng: "Trẫm tuy làm vua hưởng nhiều phước báu, được vui thích, nhưng cũng không thể tránh được vô thường. Được nghe rằng cõi nước Cực Lạc của đức Phật A-di-đà ở phương Tây là nơi yên nghỉ được, trẫm phát nguyện vãng sinh về cõi ấy."

Do đó, vua kiên trì tu tập, ngày đêm sáu thời kinh hành niệm Phật. Mỗi lần trai tăng cúng dường, đích thân đức vua và hoàng hậu lo việc dâng thức ăn, trong suốt ba mươi năm chưa từng bỏ sót.

Khi vua sắp băng hà, sắc mặt tươi nhuận vui vẻ, mọi người đều nhìn thấy hóa Phật đến đón, cùng với rất nhiều điềm lành.

Ngụy Thái tử

Ngụy Thái tử đời Tống, cùng với hai con trai và một con gái là quận chúa đều tu theo pháp môn Tịnh độ, chỉ riêng người vợ không chịu tu.

Quận chúa chết sớm, sau khi chết được bảy ngày bỗng nhiên sống lại, nói với người mẹ rằng: "Con nhìn thấy trong hồ bảy báu ở Tây phương có sẵn hoa sen đợi cha và hai anh, về sau sẽ vãng sinh lên đó. Chỉ có mẹ không thấy có hoa sen, nên con tạm quay lại báo cho mẹ biết, xin mẹ sớm phát tâm niệm Phật." Vừa nói xong lại nhắm mắt qua đời.

---

[1] Nguyên tác dùng Ô-trường (烏萇), là phiên âm từ Phạn ngữ Udyāna, cũng đọc là Úc-địa-dẫn-na. Ngài Huyền Trang trong Tây Vực Ký gọi nước này là Ô-trượng-na. Đây là một quốc gia thời cổ đại thuộc miền bắc Ấn Độ, được biết đến đạo Phật từ rất sớm, nhưng về sau có khuynh hướng tu tập theo Tiểu thừa nhiều hơn. Đại sư Liên Hoa Sinh (Padmasambhava) là người nước này, đến truyền pháp tại Tây Tạng.

Người mẹ nhân việc đó liền nhanh chóng phát khởi niềm tin, niệm Phật không mệt mỏi. Về sau, cả nhà họ đều lần lượt qua đời trong tư thế ngồi lặng an nhiên, khi lâm chung cũng đều có nhiều điềm lành.

Tham quân Lưu Di Dân

Đời Tấn có Lưu Di Dân, quê ở Bành Thành, vốn là hậu duệ của Sở Nguyên Vương. Di Dân mồ côi cha từ nhỏ, nuôi dưỡng mẹ nổi tiếng hiếu hạnh. Ban đầu nhận chức Phủ Tham quân, sau về ở ẩn. Hai người Tạ An, Lưu Dụ cùng tiến cử nhưng ông không nhận lời, vào Lô sơn tham gia Bạch Liên xã của Đại sư Tuệ Viễn, chuyên tâm bền chí niệm Phật, trải qua thời gian rất lâu chưa từng biếng trễ.

Ông có lần đang nhập định bỗng thấy hào quang của Phật chiếu sáng mặt đất, biến thành sắc vàng. Ở trong núi được mười lăm năm, nhìn thấy đức Phật A-di-đà phóng hào quang từ khoảng giữa hai chân mày chiếu đến, rồi đưa tay vỗ về. Ông chắp tay thành khẩn nguyện: "Nguyện được Như Lai dùng tay xoa đầu con, lấy y che thân con." Nguyện vừa dứt, đức Phật liền đưa tay xoa đầu, lấy y che thân ông.

Một đêm nọ, ông lại mộng thấy đức Phật A-di-đà có vầng hào quang tròn quanh đầu, nơi ngực có chữ vạn, đưa tay chỉ vào nước trong hồ có đủ tám công đức, bảo ông uống vào. Di Dân uống nước thấy vị ngon ngọt. Đến khi tỉnh giấc bỗng có mùi hương lạ tỏa ra từ các lỗ chân lông, ông liền nói với mọi người: "Duyên Tịnh độ đã đến."

Ông liền thắp hương đối trước tượng Phật khấn nguyện rằng: "Con nhờ nghe theo lời dạy của đức Phật Thích-ca, mới biết có Phật A-di-đà. Nay nguyện dâng hương này, trước cúng dường đức Phật Thích-ca, sau cúng dường đức Phật A-di-đà, cùng bản kinh Diệu Pháp Liên Hoa. Nguyện cho hết thảy hữu tình đều được sinh về Tịnh độ." Khấn nguyện xong liền chắp tay quay mặt về hướng Tây mà qua đời.

Huyện úy Mã Tử Vân

Mã Tử Vân sống vào đời Đường, được tiến cử vào hàng hiếu liêm,[1] nhận chức quan Huyện úy. Một lần ông mang tiền thu thuế của dân về Kinh đô giao nạp, gặp gió lớn chìm thuyền mất sạch, liền bị khép tội bắt giam.

Trong thời gian ở tù, ông chuyên tâm niệm Phật, trải qua 5 năm liền được ân xá, thả ra. Từ đó, ông vào chùa Nam Lăng Sơn ở ẩn, chuyên tâm tu tập.

Một hôm, ông không bệnh, bỗng nói với người chung quanh rằng: "Tôi một đời tinh tấn chuyên cần niệm Phật, nay tịnh nghiệp đã thành tựu, sắp vãng sinh về Cực Lạc."

Hôm sau, ông tắm rửa, thay y phục sạch sẽ, ngồi ngay ngắn chắp tay niệm Phật. Bỗng có mùi hương thơm lạ tỏa lan khắp trong phòng, ông vui mừng nói: "Phật đến đón tôi rồi." Vừa nói xong thì qua đời.

Quan trợ giáo Trương Địch

Trương Địch sống vào đời Tống, quê ở Tiền Đường. Ông làm quan Trợ giáo, thọ giới Bồ Tát với Luật sư Viên Tịnh. Ông tìm hiểu về pháp môn Tịnh độ rồi quyết chí tu tập, nguyện vãng sinh về Cực Lạc.

Mỗi thời khóa niệm Phật, ông đều gắng sức niệm thật rõ tiếng, niệm cho đến khi tắt tiếng mới thôi. Một hôm, ông nói với ngài Viên Tịnh: "Con nhập định nhìn thấy chim tần-già màu trắng, bay lượn ngay trước mắt."

Ba năm sau, ông ngồi ngay ngắn quay mặt về hướng Tây, an nhiên niệm Phật mà qua đời.

---

[1] Nguyên tác dùng 舉孝廉 (cử hiếu liêm). Hai chữ hiếu liêm cũng được dùng chỉ người thi đỗ tú tài, nhưng ở đây là "cử hiếu liêm" nên là người nhận được danh hiệu đó qua hình thức tiến cử. Đây là những người hiếu nghĩa, liêm khiết, gọi chung là hiếu liêm, sau khi được tiến cử sẽ bổ nhiệm vào các chức quan.

Tiến sĩ Vương Long Thư

Vương Nhật Hưu sống vào đời Tống, người đất Long Thư. Ông là người ngay thẳng, giản dị mà thanh khiết, sức học thông bác kinh sử.

Một hôm, ông mang sách vở trong nhà vất bỏ hết, nói rằng: "Những thứ này đều là tập khí nghiệp căn, không phải pháp cứu cánh. Tôi từ nay quyết hướng về Tây phương Cực Lạc."

Từ đó, ông tinh tấn niệm Phật. Năm ông 60 tuổi vẫn mặc áo vải thô, ăn uống sơ sài, mỗi ngày lạy Phật một ngàn lạy, đến giữa đêm mới ngả lưng nằm ngủ.

Ông có soạn bài văn Tịnh độ để khuyên người đời tu theo pháp môn niệm Phật.[1]

Trước khi mất ba ngày, ông từ biệt tất cả bạn bè quen biết. Đến ngày ra đi, ông vẫn đọc sách như thường. Đọc sách xong, đến thời khóa lễ bái niệm Phật như hằng ngày, ông bỗng cất giọng niệm lớn tiếng "A-di-đà Phật" rồi nói: "Phật đến đón tôi." Vừa nói xong thì vẫn đứng yên ngay ngắn mà tịch.[2]

Quan Đại phu Cát Phồn

Cát Phồn sống vào đời Tống, quê ở Trừng Giang. Ông đỗ đạt từ lúc còn trẻ tuổi, làm quan đến chức Triều Tán Đại phu. Khi ông nhậm chức các nơi, dù ở nơi làm việc hay nhà riêng đều cho xây dựng một tịnh thất, an trí tượng Phật. Thường ngày ông đều vào thất ấy lễ bái, tụng kinh, niệm Phật. Có lần cảm ứng xá lợi từ trên không trung rơi xuống.

Bình sinh ông thường khuyên dạy người khác tu theo pháp

---

[1] Tức là bài Long Thư Tịnh độ văn (龍舒淨土文) rất nổi tiếng. Người đời sau có thêm vào nội dung rồi lưu hành gọi là Long Thư tăng quảng Tịnh độ văn (龍舒增廣淨土文), hiện còn trong Đại Chánh tạng, thuộc Tập 47, kinh số 1970, bắt đầu từ trang 251, tờ a.

[2] Chúng tôi có lược bỏ một dòng trong nguyên tác Hán văn vì nội dung không còn phù hợp.

môn Tịnh độ. Rất nhiều người nghe theo lời khuyên của ông mà phát tâm tu tập, có cả hàng xuất gia cũng như tại gia.

Về sau ông không có bệnh, ngồi an nhiên quay mặt về hướng Tây mà qua đời.[1]

Quan Đề hình Dương Vô Vi

Dương Kiệt sống vào đời Tống, quê ở châu Vô Vi nên lấy hiệu là Vô Vi tử.

Ông đỗ đạt từ khi còn trẻ, làm quan đến chức Thượng Thư Chủ khách lang, quản lý việc hình ngục ở cả hai tỉnh Chiết Đông và Chiết Tây.

Ông tôn sùng Phật pháp, sáng tỏ được lẽ thiền, nhưng thường cho rằng [khó thích hợp với] căn tánh tất cả chúng sinh, vì có kẻ nhanh lẹ sáng suốt, lại có người trì độn u mê, chỉ riêng pháp môn Tịnh độ là dễ hiểu dễ làm. Ông từng viết lời tựa cho các sách Thiên Thai thập nghi luận, Tịnh Độ quyết nghi tập, nội dung đều xiển dương pháp môn Tịnh độ.

Về già, ông vẽ tranh tượng đức Phật A-di-đà cao một trượng sáu thước, tùy duyên hạnh mà cúng dường. Khi lâm chung chiêu cảm Phật đến đón, ông ngồi yên an nhiên mà tịch.

Lộ công Văn Ngạn Bác

Văn Ngạn Bác sống vào đời Tống, tin sâu Tam bảo, chuyên tu pháp môn niệm Phật. Thời gian ông cư trú ở Kinh đô, có cùng với Pháp sư Tịnh Nghiêm lập hội niệm Phật, những người tham gia được sự giáo hóa lên đến cả vạn người. Đương thời, giới trí thức quan chức từng có bài kệ ngợi khen ông rằng:

> *Lộ công hùng đảm sánh ngang trời,*
> *Tây phương dẫn dắt mười vạn người;*
> *Không chỉ riêng mình tìm lẽ sống,*
> *Muôn kẻ nhờ ông thoát luân hồi.*

---

[1] Chúng tôi có lược bỏ một dòng trong nguyên tác Hán văn vì nội dung không còn thích hợp.

Ngày lâm chung, ông không bệnh, an nhiên niệm Phật mà đi.

Thiếu sư Chung Ly

Chung Ly Cẩn sống vào đời Tống, trong thời gian giữ chức Đề Hình ở Chiết Tây gặp được Sám chủ Từ Vân, nhờ đó phát khởi niềm tin sâu xa vào pháp môn Tịnh độ. Sau ông làm tri phủ Khai Phong, lo việc công hết sức tận tụy, nhưng khi về nhà không quên niệm Phật.

Một hôm, vào lúc giữa đêm ông bỗng gấp rút gọi người nhà đến, giúp ông tắm rửa, thay y phục. Sau đó, ông ngồi an nhiên niệm Phật mà tịch.

Người trong nhà tất cả đều nhìn thấy ông ngồi trên tòa hoa sen màu xanh, có nhạc trời nghênh đón đi về hướng Tây.

Quận thú Tiền Tượng Tổ

Tiền Tượng Tổ sống vào đời Tống, hiệu Chỉ Am. Trong thời gian làm Quận thú Kim Lăng, ngoài những lúc lo việc công, ông chuyên tâm niệm Phật không ngừng nghỉ. Tại Hương Châu ông từng xây dựng hơn mười nhà tiếp khách cho các am viện, đều lấy tên chung là Tịnh độ Cực Lạc.

Sau khi ông từ chức Tả Thừa tướng về quê, lại càng chuyên tâm niệm Phật nhiều hơn nữa. Vào tháng 2 niên hiệu Gia Định năm thứ tư,[1] ông có bệnh nhẹ, bảo người nhà mang giấy bút đến viết kệ để lại. Xong, ông ngồi kiết già mà tịch. Về sau có người nằm mộng thấy ông sinh về Tây phương thành Bồ Tát Từ Tế.

Quan Thị Lang Vương Mẫn Trọng

Vương Cổ sống vào đời Tống, tên tự là Mẫn Trọng, làm quan Lễ Bộ Thị Lang. Ông thương người yêu vật, gia đình đã

---

[1] Tức là năm 1211.

bảy đời không phạm giới sát. Ông có sự khế hợp sâu xa yếu chỉ thiền tông, nhưng lại hướng tâm về Tịnh độ. Ông có trước tác sách Trực chỉ Tịnh độ quyết nghi tập, 3 quyển, rộng khuyên mọi người niệm Phật.

Ông chuyên tâm niệm Phật, dù khi đi đứng nằm ngồi đều lấy việc niệm Phật quán tưởng làm chỗ lưu tâm, trên tay không lúc nào rời xâu chuỗi hạt.

Khi lâm chung, ông tắm rửa thay y phục sạch sẽ, ngồi an nhiên niệm Phật rồi tịch.[1]

Chuyện vãng sinh của hàng cư sĩ

Chu Tục Chi

Chu Tục Chi sống vào đời Tấn, quê ở Nhạn Môn. Năm mười hai tuổi đã học thông cả Ngũ kinh, Ngũ vĩ,[2] xưng hiệu là Thập Kinh Đồng Tử. Các vị công khanh quan chức nhiều lần mời thỉnh nhưng ông đều không đến.

Ông thờ ngài Tuệ Viễn ở Lô Sơn làm thầy, tham gia vào Bạch Liên xã niệm Phật. Khi Văn Đế vừa lên ngôi, ban chiếu triệu ông vào cung đối đáp. Sau khi trò chuyện với ông, hoàng đế hết sức vui mừng. Người đời bấy giờ tôn xưng ông là Thông Ẩn Tiên sinh.

Về sau ông vào ở Chung Sơn, chuyên tâm niệm Phật, càng già càng thêm chuyên cần. Một hôm, ông bỗng nhìn lên không trung mà nói: "Phật đến đón ta." Liền chắp hai tay cung kính rồi tịch.

---

[1] Chúng tôi có lược bỏ 1 dòng trong nguyên tác Hán văn vì nội dung không còn thích hợp.

[2] Ngũ kinh: gồm Kinh Thi, Kinh Thư, Kinh Dịch, Kinh Lễ và Kinh Xuân Thu. Mỗi bộ sách này đều có một quyển sách phụ để giảng rộng nội dung, gọi là "vĩ". Vì thế Ngũ kinh có kèm theo Ngũ vĩ.

Tống Mãn

Tống Mãn sống vào đời Tùy, quê ở Thường Châu. Ông niệm Phật bằng phương pháp đếm hạt đậu, được đến ba mươi thạch.[1]

Vào tháng 9 niên hiệu Khai Hoàng năm thứ 8,[2] sau khi lo việc trai tăng xong, ông ngồi an nhiên mà tịch. Mọi người đều nhìn thấy hoa trời, đồng thời có mùi hương thơm lạ lan tỏa.

Trịnh Mục Khanh

Trịnh Mục Khanh sống vào đời Đường, cả nhà đều tu pháp môn niệm Phật. Trong khoảng niên hiệu Khai Nguyên, ông bệnh nặng, có người khuyên nên ăn cá, ông cự tuyệt không chịu.

Khi ấy, ông cầm lư hương nơi tay, phát nguyện vãng sinh, bỗng có mùi hương thơm lạ tỏa khắp, ông lặng lẽ an nhiên mà tịch.

Người cậu là thượng thư Tô Đĩnh, một hôm nằm mộng thấy hoa sen nở ra giữa hồ báu, có Mục Khanh ngồi trên hoa sen.

Nguyên Tử Tài

Nguyên Tử Tài sống vào đời Đường, trú ở chùa Quán Âm, Nhuận Châu. Ông thông hiểu kinh A-di-đà, tu pháp môn niệm Phật.

Một hôm ông có bệnh nhẹ, chợt nghe giữa không trung có tiếng nhạc, lại có mùi hương thơm lan tỏa, dường như có tiếng người nói: "Nhạc âm tiếng thô đã qua, nhạc âm tinh tế tiếp đến, ông sắp đi rồi." Ông liền niệm Phật mà tịch, hương thơm lạ tỏa lan suốt mấy ngày chưa tan hết.

---

[1] Thạch: đơn vị đong lường thời cổ, tương đương khoảng 100 lít. Số đậu 30 thạch này tương đương khoảng 3.000 lít.

[2] Tức là năm 588.

Tôn Lương

Tôn Lương sống vào đời Tống, quê ở Tiền Đường. Ông ẩn cư để đọc Kinh điển trong Đại tạng, hiểu sâu được yếu chỉ kinh Hoa Nghiêm.

Ông nương theo Luật sư Đại Trí thọ giới Bồ Tát, chuyên tâm niệm Phật mỗi ngày đến một vạn Phật hiệu, suốt hai mươi năm không ngừng.

Một hôm, ông bảo người nhà thỉnh chư tăng đến niệm Phật để trợ lực vãng sinh. Khi chư tăng đến đông đủ, niệm Phật chưa được bao lâu, ông bỗng hướng lên không trung chắp tay nói: "Đức Phật và Bồ Tát ngự tòa sen đến rồi." Liền lui lại, ngồi xuống yên ổn rồi tịch.

Vương Điền

Vương Điền sống vào đời Tống, quê ở Tứ Minh, hiệu Vô Công Tẩu. Ông thông đạt hết thảy tông chỉ Thiền tông, giáo pháp Thiên Thai... Ông từng trước tác sách Tịnh độ tự tín lục.

Về già, ông chuyên tâm niệm Phật. Ngày lâm chung ngồi an nhiên hướng về phương Tây niệm Phật mà tịch, có mùi hương thơm lạ lan tỏa. Sau khi hỏa thiêu thu được 108 viên xá lợi nhỏ như hạt đậu.

Tôn Trung

Tôn Trung sống vào đời Tống, quê ở Tứ Minh. Ông sớm hâm mộ pháp môn niệm Phật cầu vãng sinh Tây phương, dựng am niệm Phật.

Về sau ông nhân lúc có bệnh, thỉnh một trăm vị tăng đến niệm Phật. Ngay trong lúc niệm Phật, ông bỗng hướng lên không trung chắp tay, vẻ mặt hoan hỷ, an nhiên mà tịch.

Người trong thành lúc đó đều nghe có tiếng nhạc trời, có mùi hương lạ, dần dần hướng về phương Tây rồi mất.

Ông có hai người con cũng chuyên tâm niệm Phật, về sau đều lần lượt ngồi an nhiên mà tịch.

Thẩm Thuyên

Thẩm Thuyên sống vào đời Tống, nhà ở Tiền Đường, cùng người vợ họ Thi chuyên tâm tu tập pháp môn Tịnh độ. Hằng ngày làm được việc thiện nào, đều hồi hướng về Tây phương Cực Lạc.

Về sau, vợ chồng ông lần lượt vãng sinh, đều cảm được hóa Phật hiện đến nghênh đón, có tiếng nhạc trời vang vọng.

Đường Thế Lương

Đường Thế Lương sống vào đời Tống, người huyện Cối Kê. Ông một lòng trì giới, niệm Phật, tụng kinh A-di-đà đến mười vạn lượt.

Một hôm, ông không bệnh, bỗng nói: "Phật đến đón tôi." Nói rồi lễ bái, vừa xong liền qua đời.

Cùng lúc ấy có người ở núi Đạo Vị, bỗng mộng thấy phía Tây có ánh hào quang lạ, cờ phướn, hương hoa, nhạc trời vang vọng, lại nghe có tiếng nói giữa không trung rằng: "Đường Thế Lương đã vãng sinh về Cực Lạc."

Lục Tuấn

Lục Tuấn sống vào đời Tống, quê ở Tiền Đường. Lúc còn trẻ tuổi làm việc trong công môn, một thời gian lâu sau bỏ việc quay về chuyên tu pháp môn Tịnh độ. Mỗi khi đối trước tượng Phật sám hối, thường rơi nước mắt đầm đìa trên hai má.

Ngày lâm chung, ông thỉnh Luật sư Viên Tịnh đến khai thị về Tây phương Cực Lạc, tụng Quán kinh[1] vừa đến Phẩm Thượng, ngài Viên Tịnh nói: "Có thể đi được rồi." Lục Tuấn nói: "Thánh chúng chưa đông đủ, xin đợi thêm một chút." Chẳng

---

[1] Tức Thập lục quán kinh, hay kinh Phật thuyết Quán Vô Lượng Thọ Phật (佛說觀無量壽佛經), 1 quyển, được xếp vào Đại Chánh tạng, thuộc Tập 12, kinh số 365. Kinh này thường được gọi là kinh Thập lục quán vì trong kinh chỉ bày 16 phép quán tưởng

bao lâu, ông bỗng đứng dậy đi đến chỗ chiếc giường tre, ngồi xuống ngay ngắn quay mặt về hướng Tây rồi tịch.

Ngô Tử Chương

Ngô Tử Chương sống vào đời Nguyên, quê ở Tô Châu, gia đình nhiều đời làm nghề thầy thuốc. Ông và người anh là Tử Tài cùng theo học Hòa thượng Vân Ốc, chuyên cần tinh tấn niệm Phật, cả nhà đều kính phụng theo Phật pháp.

Trong khoảng niên hiệu Chí Chính,[1] ông không bệnh, chắp tay cung kính niệm danh hiệu Phật rồi an nhiên mà tịch.

Liên Hoa Thái Công

Ông sống vào đời Minh, người đất Việt, suốt đời sống chân chất, mộc mạc, ngày đêm kiên trì niệm Phật không ngừng.

Sau khi ông mất, trên nắp quan tài bỗng hóa sinh một cành hoa sen. Thân quyến cùng dân làng đều hết sức kinh ngạc xưng tán, do đó biết chắc rằng ông đã được vãng sinh.

Cư sĩ họ Hoa

Cư sĩ họ Hoa sống vào đời Minh, quê ở Giang Can. Ông là người thuần hậu, chất phác, không hề biết đến sự dối lừa. Suốt đời chỉ chuyên tâm cầu được vãng sinh Tây phương Cực Lạc.

Vào độ tuổi trung niên, ông giao hết việc nhà cho con, lập thất sống riêng một mình, không còn liên hệ đến việc đời, chỉ chuyên tâm sáng tối tinh cần niệm Phật. Khi sắp lâm chung, ông tự biết trước ngày giờ, thay y phục nghiêm trang, từ biệt mọi người rồi an nhiên mà tịch.

Cư sĩ họ Ngô

Ngô Mao sống vào đời Thanh, là gia nhân của Ngô Lục

---

[1] Niên hiệu Chí Chính đời Nguyên Huệ Tông, kéo dài từ năm 1341 đến năm 1370.

Phòng ở huyện Thanh Dương. Ông là người trì giới, thường làm việc thiện, chuyên tâm niệm Phật không ngừng.

Vào năm đầu niên hiệu Thuận Trị,[1] gặp lúc quân họ Tả vượt sông,[2] cả nhà Ngô Lục Phòng đều đưa nhau chạy lánh nạn, chỉ để một mình Ngô Mao ở lại giữ nhà thay chủ. Khi quân giặc vào làng, ông bị đâm bảy nhát giáo mà chết. Một lát sau có người em của ông vừa đến, ông chợt tỉnh lại nói với em rằng: "Anh có nghiệp ác đời trước, lẽ ra phải đọa làm thân lợn qua bảy kiếp, nhưng nhờ công đức trì trai, giữ giới, nên chịu bảy nhát giáo này để giải trừ oan nghiệp trước kia, từ đây được sinh thẳng về Tây phương Cực Lạc."

Về sau, người chủ cũ của ông là Ngô Lục Phòng có lần tình cờ nhìn thấy trên không một vị thần, cờ phướn trước sau hết sức tôn nghiêm, bảo Ngô Lục Phòng rằng: "Tôi là Ngô Mao ngày trước, hôm nay có việc đến cõi trời, đi ngang qua đây." Nói xong không nhìn thấy nữa. Ngô Lục Phòng liền vẽ lại hình tượng Ngô Mao để kính lễ.

Chu Ích Sinh

Chu Ích Sinh là con nhà thế tộc ở Côn Sơn, nhà ở sau Thị Kiều, làm nghề thầy thuốc, đối với những người nghèo khó ông không hề tính toán chuyện tiền bạc, mỗi khi có bệnh gọi đến là đi ngay.

Suốt ngày ông chuyên tâm niệm Phật không ngừng, hết lòng cầu sinh Tây phương Cực Lạc. Vào năm Ất Tỵ thuộc niên hiệu Khang Hy,[3] tuổi gần đến bảy mươi, bỗng nói với mọi người rằng sắp qua đời, gọi gia nhân bảo: "Mang giấy bút đến đây, ta muốn viết kệ rồi đi." Viết xong bài kệ liền hân hoan niệm Phật mà đi.

---

[1] Tức là năm 1644.

[2] Tức là đạo binh của Tả Lương Ngọc khi ấy vượt sông Trong Giang.

[3] Tức là năm 1665, niên hiệu Khang Hy năm thứ tư.

Trầm Thừa Tiên

Trầm Thừa Tiên người Côn Sơn, sống ở phường Tuyên Hóa, làm nghề thợ mộc. Năm được hơn 70 tuổi, ông ăn chay niệm Phật, chuyên tâm tu tập Tịnh độ, tuy lúc làm việc tay không rời búa rìu nhưng miệng vẫn luôn niệm Phật không dứt.

Vào tháng 3 thuộc niên hiệu Khang Hy năm thứ 10,[1] ông tự biết ngày giờ, nên trước khi lâm chung ba ngày đã từ biệt tất cả bạn bè, thân tộc, nói rằng: "Tôi sắp vãng sinh Tây phương, từ đây không còn gặp nhau nữa." Lại nói với các con: "Ngày mai là ngày rằm, cha sẽ vãng sinh." Sáng sớm, ông tắm rửa thay y phục, ngồi ngay ngắn quay mặt về hướng Tây, đặt một cái án nhỏ phía trước mặt để tựa vào đó mà niệm Phật. Sau đó đốt hương trầm rồi ngồi kết già mà tịch.

Vương Mạnh Lân và Trinh Sinh

Vương Mạnh Lân là dòng dõi nho gia ở Côn Sơn, một đời dạy học, tính tình chân chất không dối trá. Ông sinh được một con trai hiệu là Tương Thần, thờ cha mẹ hết sức hiếu thuận. Vương Mạnh Lân suốt ngày chỉ lo niệm Phật, không vướng bận việc khác.

Đầu mùa đông thuộc niên hiệu Khang Hy năm thứ 41,[2] ông đã hơn 70 tuổi, có chút bệnh nhẹ. Đầu tháng 11, tôi đến vấn an,[3] Vương Mạnh Lân nói: "Người thế gian vẫn lấy ngày 17 tháng này làm ngày đản sanh của đức Phật A-di-đà. Tôi sẽ đi vào ngày đó." Tôi liền nói: "Vậy tôi sẽ đến đúng ngày để tiễn tiên sinh."

Đúng ngày 17, sáng sớm tôi lại đến vấn an. Ông tuy bệnh nằm nhưng thần sắc lộ vẻ hoan hỷ, an nhiên. Tôi nói: "Tiên

---

[1] Tức là năm 1671.

[2] Tức là năm 1702.

[3] Tiên sinh Chu An Sĩ tự thân chứng kiến kể lại chuyện này.

sinh nên phát tâm Bồ-đề. Trong kinh dạy rằng: 'Người tu hành không phát tâm Bồ-đề cũng giống như cày ruộng mà không gieo giống.'" Nhân đó tôi lại đem nội dung Tứ hoằng thệ nguyện ra cùng ông bàn luận hết sức chi ly. Ông tỏ vẻ rất hài lòng. Tôi liền nói: "Giờ xin tạm biệt, lát nữa sẽ quay lại." Tôi ngầm dặn dò con trai ông là Tương Thần rằng: "Khi cha con dứt bỏ trần duyên, trong nhà không được kêu gào khóc lóc."

Khoảng sau giờ cơm trưa, tôi trở lại thì Vương Mạnh Lân đã niệm Phật mà đi rồi.

Trong thân tộc của Vương Mạnh Lân có Trinh Sinh cũng là bà con bên nội của tôi. Cha Trinh Sinh là bậc tài đức, thuộc hàng thiện hữu ở trường học Côn Sơn, hết sức tôn sùng kính phụng Tam bảo. Trinh Sinh tuổi trẻ đẹp trai, có tài viết chữ, nhưng nhiều tập khí xấu, không tin Tam bảo. Ngày kia đột nhiên ngã bệnh, bỗng thấy một con quỷ đen cao to, trong ý cho đó là kẻ oán cừu đời trước. Trinh Sinh hết sức kinh sợ, khi ấy mới dũng mãnh niệm Phật, cầu vãng sinh Tây phương. Mỗi lúc tiếng niệm Phật hơi buông lơi thì hình quỷ lại hiện ra, nên lại cố gắng hơn nữa. Đến lúc lâm chung thì khí cùng lực kiệt, tiếng niệm Phật càng lúc càng nhỏ yếu, có vẻ như mất dần về hướng tây. Theo lý mà suy thì tuy không có nhạc trời hay hương thơm lạ hiển hiện, nhưng nhất định đã được vãng sinh Cực Lạc.

Tô Kỳ Sơn

Tô Kỳ Sơn là người Côn Sơn, tên thật là Khởi Phụng, thời còn trẻ hướng theo thiền tông, đi tham học với các bậc thiện tri thức khắp nơi, cũng đã có chỗ ngộ nhập lẽ thiền. Ông suốt một đời giữ giới không giết hại, cho dù trùng kiến cũng không làm tổn thương.

Về già, ông hết lòng chuyên tu Tịnh độ, trong lúc đi đứng nằm ngồi vẫn luôn duy trì câu niệm Phật, không hề gián đoạn.

Vào năm Kỷ Mão thuộc niên hiệu Khang Hy,[1] ông được 80 tuổi, gặp lúc trời quá lạnh, ông quấn chăn mà ngồi niệm Phật. Khoảng trưa ngày 26 tháng 11, ông bảo người cháu nội là Điền Phương rằng: "Nhân duyên Tịnh độ đã thuần thục nên từ ba ngày trước ta đã thấy Phật hiện đến, nhưng ta không muốn nói cho con biết mà thôi. Đêm nay, vào giờ tý ta sẽ vãng sinh."

Nói rồi trở dậy thay y phục, đốt đèn thắp hương, ngồi ngay ngắn hướng về phía Tây, bảo người nhà cùng niệm Phật để trợ lực vãng sinh. Vừa sắp đến canh ba thì nghe tiếng niệm Phật của ông nhỏ dần, rồi lặng lẽ qua đời.

Ngô Kính Sơn

Ngô Kính Sơn là người cùng làng với Tô Kỳ Sơn, lại đồng tu trong nhóm niệm Phật. Năm ông hơn 70 tuổi mới phát tâm tham học Phật pháp. [Cháu nội Tô Kỳ Sơn là] Tô Điền Phương, thuộc hàng thiện hữu tri thức, thấy ông tuổi hạc đã cao nên khuyên ông chuyên tu Tịnh độ cầu vãng sinh Tây phương, có thể thành tựu ngay trong đời này. Ngô Kính Sơn tin theo, ngày đêm niệm Phật không biếng trễ.

Chưa được một năm sau, có người thân của Ngô Kính Sơn tìm đến chỗ Tô Điền Phương thưa rằng: "Sáng sớm hôm nay, Kính Sơn nhìn thấy Hộ Pháp hiện ra tiếp dẫn vãng sinh. Giờ phút cuối cùng ngồi an nhiên mà tịch, có đặc biệt dặn lại tôi đến tạ ơn ông đã khuyên niệm Phật."

Vương Quân Vinh

Vương Quân Vinh là người Thái Thương, Côn Sơn, từ nhỏ đã trì giới tu học, chỗ thấy biết trong Phật pháp thật siêu phàm trác tuyệt. Về sau, ông tu theo pháp môn Tịnh độ, mỗi ngày niệm Phật hiệu đủ vạn lần, bất kể thời tiết nóng bức hay rét lạnh cũng không gián đoạn.

---

[1] Tức là năm 1699.

Niên hiệu Khang Hy năm thứ 56,[1] vào ngày 2 tháng 8, ông tự biết trước thời điểm lâm chung nên cho thỉnh Trưởng lão Kiền Hạnh ở am Tịnh Danh đến, muốn được ngài khai thị và chứng minh. Vừa đúng giữa trưa, thầy Kiền Hạnh nói: "Sao không để ngày mai đi?" Quân Vinh đáp: "Con đã quyết định đi hôm nay rồi." Liền bảo mang giấy bút đến, viết kệ để lại, rồi bảo con gái chuẩn bị quan tài. Mọi việc đã xong, liền cung kính chắp tay niệm Phật mà đi.

Người con gái bế di thể ông đưa vào quan tài, nhưng không sao nhấc lên nổi, liền khấn nguyện thầm thì tự nhiên nhấc lên thật nhẹ nhàng. Năm ấy ông được 81 tuổi.

Chuyện vãng sinh của những người trẻ tuổi

Hai vị sa-di

Đời Tùy có hai vị sa-di ở Vấn Châu, cùng tu pháp môn niệm Phật. Một hôm, vị lớn tuổi hơn bỗng đột ngột qua đời, thấy mình đến Tịnh độ được gặp Phật, liền bạch rằng: "Có một sa-di nhỏ tuổi hơn cùng tu với con, liệu người ấy có được vãng sinh không?" Đức Phật dạy: "Chính sa-di ấy đã khuyên ông, nên ông mới phát tâm tu tập niệm Phật. Nay ông có thể quay lại Ta-bà, nỗ lực tu tập nhiều hơn nữa, ba năm sau hai người sẽ cùng vãng sinh về đây."

[Vị sa-di lớn tuổi hơn sau đó sống lại, hai người tiếp tục tinh cần tu tập.] Đến kỳ hạn ba năm sau, cả hai người đều nhìn thấy đức Phật hiện đến, cõi đất khi ấy chấn động, có hoa trời rơi xuống bay lượn, hai vị sa-di cùng lúc viên tịch vãng sinh.

Đồng tử muốn vãng sinh

Đại sư Duy Ngạn sống vào đời Đường, tu Sám pháp Tịnh độ, chuyên cần tinh tấn không chán mệt. Một hôm, Đại sư nhìn

---

[1] Tức là năm 1717.

thấy hai vị Bồ Tát Quán Thế Âm và Đại Thế Chí cùng hiện ra giữa không trung. Đại sư vui mừng quá, ý muốn tìm hoạ sĩ để vẽ lại cảnh ấy. Bỗng có hai người đến nói là có thể vẽ được, nhận vẽ. Vẽ xong, cả hai đều biến mất. Đại sư liền bảo các đệ tử rằng: "Hôm nay ta vãng sinh, có ai muốn đi cùng ta không?"

Trong chúng có một đồng tử muốn được vãng sinh theo, Đại sư liền bảo về nhà từ biệt cha mẹ. Cha mẹ cho là lời nói đùa, không tin. Lát sau, đồng tử ấy tắm rửa thay đồ, ngồi ngay ngắn niệm Phật vãng sinh trước. Đại sư nhân đó gọi người mang giấy bút đến, làm một bài kệ khen ngợi. Viết kệ xong, Đại sư cũng an nhiên ngồi mà thị tịch.

Sư Tán

Sư Tán sống vào đời Tống, quê ở Ung Châu, xuất gia từ thuở nhỏ. Năm 14 tuổi, tu tập niệm Phật không dứt tiếng. Bỗng mắc bệnh chết đột ngột, trong giây lát sống lại, nói với thầy và cha mẹ: "Đức Phật A-di-đà đang ở đây, con sẽ đi theo ngài."

Khi ấy, người trong xóm đều thấy giữa không trung hóa hiện đài sen báu, hào quang năm sắc lạ thường, hiện ra rồi mờ dần về hướng Tây.

Hà Đàm Tích

Hà Đàm Tích sống vào đời Nguyên, năm 18 tuổi thọ trì giới Bồ Tát, suốt ngày chuyên tâm niệm Phật. Một hôm, vừa trống canh tư đã thức dậy, người nhà bảo còn sớm quá, Đàm Tích nói: "Tôi nhìn thấy Phật và Bồ Tát giữa hư không, có cờ phướn tràng hoa đến đón." Nói rồi ngồi lặng an nhiên mà đi.

Người họ Ngô[1]

Người họ Ngô này quê ở Chiết Giang, cha và ông nội đều

---

[1] Ghi chép về người này không rõ tên nên chỉ dùng chữ "mỗ" (某). Sách Tịnh độ Thánh Hiền lục tục biên (淨土聖賢錄續編 – Vạn tân toàn tục tạng kinh, Tập 78, kinh số 1550) cũng có chép câu chuyện này và gọi là Ngô sinh (吳生). Chữ sinh cũng có thể chỉ là một danh từ phiếm chỉ chung chung, không phải tên riêng. Vì thế chỉ có thể xác định ông này là họ Ngô mà không biết tên gì.

đã đỗ tú tài. Vào năm đầu niên hiệu Thuận Trị,[1] quân binh vây đánh thành, cha mẹ ông đều thất lạc. Họ Ngô bị quân lính bắt, đưa vào phục dịch cho quan binh trong quân đội, năm ấy vừa được 13 tuổi. Họ Ngô tự than rằng, ta vốn con nhà học thức, nay phải làm việc phục dịch hèn hạ đến thế này, hẳn phải là do nghiệp xấu đời trước. Nghĩ vậy rồi liền phát lời thệ nguyện trước bàn Phật, từ đó ăn chay niệm Phật, mỗi ngày tụng kinh Kim Cang một biến, hồi hướng cầu vãng sinh Tây phương.

Năm 16 tuổi, quan phụ trách phát tiền lương lao dịch, ông liền dùng tiền ấy mua hương cúng Phật rồi quỳ niệm thánh hiệu A-di-đà. Đến ngày 22 tháng 10 năm Đinh Dậu,[2] ông bỗng nhiên đến báo với quan phụ trách rằng mình sắp vãng sinh Tây phương. Quan không tin, quát mắng cho là nói lời yêu mỵ.

Ngày hôm sau, ông lại đến trước quan Đề đốc cũng nói như vậy. Đề đốc tức giận, ra lệnh giải đến chỗ quan phụ trách, phạt đánh 15 gậy, ông tuyệt nhiên không chút oán hận. Sau đó ông đi đến từng doanh trại, từ biệt tất cả mọi người, nói rằng ngày mồng 1 tháng 11 sẽ vãng sinh.

Đến ngày, vào khoảng canh năm ông đã thức dậy, tắm rửa sạch sẽ, thắp hương lễ Phật xong vẫn đến thuyền quan phụ trách để từ biệt. Quan nổi giận, sai quân lính đi theo ông, đến nơi thấy ông Ngô quay về hướng Tây lạy ba lạy, rồi ngồi ngay ngắn đọc kệ. Đọc kệ xong, liền tự phun lửa Tam-muội đốt thân mình. Quan quân từ xa nhìn thấy đều khởi tâm cung kính lễ bái. Viên quan phụ trách sau đó liền đóng cửa ăn chay giữ giới. Quan có làm bài kệ ngợi khen ông Ngô rằng:

> *Thân mang giáp sắt,*
> *Chân đạp tòa sen.*
> *Xin khắp tướng sĩ,*
> *Mỗi người một roi.*[3]

---

[1] Tức là năm 1644.

[2] Tức là năm 1657.

[3] Bài kệ này không chỉ khen ông Ngô, mà có vẻ như vị quan viết ra hàm ý tự trách

Chuyện vãng sinh của phụ nữ

Hoàng hậu Tùy Văn Đế

Hoàng hậu của Tùy Văn Đế, họ Độc Cô, tuy ở vương cung nhưng chán lìa thân nữ, thường niệm Phật A-di-đà, cầu vãng sinh Tịnh độ.

Vào ngày Giáp Tý tháng 8,[1] hoàng hậu qua đời, hương thơm lạ tỏa lan đầy trong cung, tất cả nhạc khí tự nhiên phát âm vang rền khắp nơi. Hoàng đế hỏi Xà-đề-tư-na vì sao có điềm lành ấy. Ông đáp: "Hoàng hậu chuyên tu Tịnh độ, được vãng sinh nước Phật nên có điềm lành ấy."

Người vợ Ôn Tĩnh Văn

Ôn Tĩnh Văn sống vào đời Đường, vợ ông người Tịnh Châu, mắc bệnh nằm liệt giường rất lâu. Ôn Tĩnh Văn khuyên bà niệm Phật, bà tin theo liền chuyên tâm niệm Phật suốt một năm.

Một hôm, bà bỗng nhiên nhìn thấy thánh cảnh Tịnh độ, liền nói với Ôn Tĩnh Văn: "Tôi đã được thấy Phật, tháng sau sẽ đi." Bà cũng từ biệt, dặn lại cha mẹ, [khuyên họ niệm Phật để] cùng được sinh về Tây phương Cực Lạc. Đúng ngày, bà an lành ra đi.

Bà họ Lý

Bà họ Lý ở Hồ Môn sống vào đời Tống, người Thượng Ngu. Sau khi chịu tang chồng, bà chuyên tâm sớm hôm niệm Phật và tụng kinh A-di-đà, kiên trì đến hơn mười năm.

---

mình trước đây bất kính với bậc chân tu. Nhưng sách Tịnh độ Thánh Hiền lục tục biên (淨土聖賢錄續編) lại không có bài kệ này, mà chép bài kệ ông Ngô đọc trước khi vãng sinh, theo chúng tôi thì có nội dung thích hợp hơn. Và dường như một trong hai bài kệ này đã bị chép nhầm thành bài kia, bởi các chi tiết trong kệ rất giống nhau. Bài kệ trước lúc vãng sinh của ông Ngô như sau: 身在營中心出家。身披鎧甲是袈裟。刀刀親見彌陀佛。箭箭射著白蓮華。 (Thân tại doanh trung tâm xuất gia, thân phi khải giáp thị cà-sa. Đao đao thân kiến Di-đà Phật, tiến tiến xạ trước bạch liên hoa.) Tạm dịch: Thân trong quân ngũ, tâm xuất gia, thân mặc áo giáp, ấy cà-sa. Tên bắn hóa thành hoa sen trắng, vung đao luôn thấy Phật Di-đà.

[1] An Sĩ toàn thư không nói rõ, nhưng theo các tư liệu khác thì bấy giờ là năm 602.

176

Một hôm, bà gặp một vị tăng che lọng đỏ, nói: "Giờ tý, ngày rằm sắp tới bà sẽ vãng sinh." Bà Lý thưa hỏi thầy là ai, vị tăng đáp: "Cô thường niệm danh hiệu ta đó."

Bà họ Lý từ biệt hết mọi người thân, đúng ngày giờ liền ngồi ngay ngắn, an nhiên qua đời. Mọi người chung quanh đều nhìn thấy ánh hào quang rất lạ, tỏa sáng đến chói mắt. Sau bảy ngày mang đi hỏa thiêu, lúc ấy sáu căn vẫn còn nguyên vẹn. Sau khi hỏa thiêu, nhìn thấy xá-lợi nhiều không đếm hết. Sau đó một ngày, nơi thiêu xác bỗng mọc lên một cây hoa, hình dạng giống hoa anh túc trắng.

Bà họ Trịnh

Bà họ Trịnh sống vào đời Tống, quê ở Tiền Đường, hằng ngày tụng kinh Phổ Môn, thường niệm Phật không thôi.

Về sau, bà có bệnh, bảo người nhà tắm rửa. Tắm xong, ngồi quay mặt về hướng Tây, hỏi người nhà: "Các người có nghe tiếng khánh không? Phật và Bồ-tát sắp đến." Giây lát lại vui mừng nói: "Phật và Bồ-tát đều đã đến rồi." Nói xong liền chắp tay cung kính rồi qua đời.

Phu nhân họ Vương

Kinh Vương đời Tống, có người phu nhân họ Vương, chuyên tâm tu Tịnh độ, sớm tối hết sức tinh cần. Những người theo hầu đều noi gương tu tập, chỉ duy nhất một người thiếp thường giải đãi, lười nhác. Phu nhân quở trách, cô ấy liền tỉnh ngộ tu tập tinh tấn.

Sau, người thiếp ấy bỗng không bệnh mà chết, báo mộng cho một người thiếp khác rằng: "Nhờ phu nhân dạy bảo, nay tôi đã được sinh về Cực Lạc." Phu nhân nghe chuyện vẫn chưa tin. Không bao lâu, phu nhân cũng nằm mộng thấy cùng với người thiếp kia dạo chơi bên ao báu, nhìn thấy một hoa sen có áo trời tung bay, ghi tên Dương Kiệt; một hoa khác có dáng người mặc triều phục đang ngồi trên, ghi tên Mã Vu. Lại thấy một đài sen vàng có ánh hào quang chiếu sáng rực rỡ, người thiếp kia chỉ tay vào đó nói: "Đây là chỗ phu nhân sẽ sinh về."

Sau khi tỉnh mộng, Vương phu nhân càng thêm tinh tấn tu tập. Đến năm 81 tuổi, vào buổi sáng ngày sinh nhật, người chung quanh vừa định dâng lễ nghi mừng thọ thì phu nhân tay cầm hương đèn hướng về trước tượng Bồ Tát Quán Âm, đứng ngay ngắn mà tịch.

Bà Nghi nhân họ Lục

Bà Nghi nhân[1] họ Lục sống vào đời Tống, là vợ quan Triều thỉnh[2] Vương Dư. Bà thường tụng kinh Pháp Hoa, hết lòng hướng về pháp môn Tịnh độ, mỗi lần lễ sám đều niệm danh hiệu Phật đến cả vạn lần, kiên trì như vậy suốt ba mươi năm.

Một hôm, bỗng nghe có tiếng trống trời tự kêu, người chung quanh đều cảm thấy kinh ngạc dị thường, thì ngay lúc ấy bà liền ngồi ngay ngắn quay mặt về hướng Tây, hai tay kết ấn, an nhiên mà tịch.

Bà họ Cung

Bà họ Cung sống vào đời Tống, người Tiền Đường, ngày đêm chuyên tâm niệm Phật và tụng kinh A-di-đà.

Về sau bà có bệnh, thỉnh ngài Luật sư Hanh đến thuyết dạy. Mọi việc còn sắp xếp chưa xong thì bà đã ngồi ngay ngắn, an nhiên mà tịch.

Có người thiếp già nhìn thấy như vậy, cũng chuyên tâm niệm Phật không thôi. Một hôm, bỗng mộng thấy bà họ Cung

---

[1] Nghi nhân: một danh hiệu được triều đình ban tặng cho người phụ nữ có con hoặc chồng có công với triều đình.

[2] Triều thỉnh hay Phụng triều thỉnh là một chức vụ mang tính nghi lễ, thường được phong tặng cho các nhà quý tộc hoặc bà con xa với nhà vua đương quyền. Những người này được quyền định kỳ tham gia các buổi thiết triều nhưng không có quyền hạn, trách nhiệm cụ thể nào trong việc triều chính.

nói rằng: "Tôi đã sinh về Tịnh độ, trong bảy ngày nữa bà cũng được vãng sinh."

Đúng ngày ấy, quả nhiên người thiếp già không bệnh mà an ổn qua đời.

Bà họ Hạng

Bà họ Hạng sống vào đời Tống, tên là Diệu Trí. Chồng chết, bà thủ tiết nuôi hai con gái, về sau đều xuất gia.

Bà chuyên cần tinh tấn niệm Phật. Lúc lâm chung có mùi hương thơm lạ tỏa khắp nhà, bà quay mặt về hướng Tây, tay kết ấn, mỉm cười mà tịch.

Bà họ Bùi

Bà họ Bùi sống vào đời Tống, ở Phần Dương, chuyên tâm bền chí niệm Phật, dù thời tiết thay đổi nóng bức hay rét lạnh cũng không gián đoạn. Khi lâm chung, gọi người nhà mang lửa đến thắp hương rồi nói: "Phật mang đài sen đến đón, tôi sắp vãng sinh." Vừa dứt lời bỗng thấy hoa trời rơi xuống bay bay, bà ngồi ngay ngắn, an ổn mà qua đời.

Bà họ Trầm

Bà họ Trầm sống vào đời Tống, từ thuở nhỏ đã ăn chay niệm Phật. Sau lập gia đình, về làm dâu ở nhà họ Chương, thường cứu giúp những người đói thiếu.

Về sau, bà có bệnh nhẹ, càng tinh tấn nỗ lực niệm Phật. Một hôm bà nhìn thấy chư vị Bồ Tát, chư thiên cùng thánh chúng hiện ra trước mắt, liền ngay trong ngày đó an lành mà đi.

Bà họ Tôn

Bà họ Tôn sống vào đời Tống, người ở Tứ Minh, góa chồng. Bà chuyên tâm kiên trì niệm Phật đến 30 năm không hề biếng trễ.

Về sau, bà có bệnh nhẹ, mộng thấy mình cùng lễ sám với tám vị tăng. Tỉnh dậy liền tắm rửa, thay y phục, thỉnh tăng đến lễ sám. Bà ngồi ngay ngắn tụng kinh trước đại chúng, cho đến lúc nhất tâm bất loạn, tay trái kết ấn mà ra đi. Lúc ấy, người xa kẻ gần đều nghe rõ có tiếng nhạc trong không trung.

Bà họ Lâu

Bà họ Lâu sống vào đời Tống, tính tình điềm đạm, có trí tuệ, lập gia đình với Tự Bạc Chu Nguyên Khanh. Bà đã từng nghiền ngẫm sách Truyền đăng lục, có chỗ nhận hiểu tỏ ngộ. Từ đó lại càng hướng về pháp môn Tịnh độ, chuyên tâm niệm Phật không ngừng nghỉ.

Về già, bà có bệnh, bỗng nhìn thấy hoa sen màu đỏ tía cùng vô số các vị hóa Phật. Khi ấy có mùi hương thơm lạ tỏa lan khắp nhà. Bà liền bảo người nhà hãy mau mau cùng niệm Phật giúp bà. Chỉ phút chốc sau liền ngồi ngay ngắn, an ổn mà tịch.

Bà họ Tần

Bà họ Tần sống vào đời Tống, tính tình kiên định, thích sạch sẽ, chán ghét thân nữ, theo chồng đi đến nhiều nơi đều kiên trì trai giới tinh chuyên.

Bà thường đọc các kinh Hoa Nghiêm, Pháp Hoa, Kim Quang Minh, Bát-nhã, không một ngày nào để luống qua vô ích. Mỗi ngày sớm tối đều tu tập sám pháp Di-đà, lạy Phật đến một ngàn lạy.

Về sau, bà nhìn thấy hào quang soi chiếu vào nhà, liền ngồi ngay ngắn quay mặt về hướng Tây mà tịch.

Bà họ Lương

Bà họ Lương sống vào đời Tống, người ở Phần Dương, mù cả hai mắt, may gặp một vị sa-môn khuyên niệm Phật, bà nghe theo.

Trải qua ba năm, đôi mắt bà bỗng dưng sáng lại. Về sau, bà nhìn thấy Phật và Bồ Tát, cờ phướn, lọng báu đến nghênh đón, liền ngay trong hôm ấy ngồi ngay ngắn mà qua đời.

Bà họ Tưởng

Bà họ Tưởng sống vào đời Thanh, người ở Hưng Hoá. Năm 40 tuổi thì chồng chết. Tang lễ xong, bà khóc nói với con trai rằng: "Khi vô thường đến, không ai có thể thay thế cho nhau. Ví như hôm nay mẹ cũng chết, con cũng đành chịu chứ không biết làm sao. Từ nay về sau, mẹ phát tâm ăn chay niệm Phật, không quan tâm đến bất kỳ việc gì khác."

Người con vâng lời mẹ, liền dựng một am tranh ngay bên cạnh nhà. Bà sống trong am, đóng cửa chuyên tu niệm Phật, dù thời tiết nóng bức hay rét lạnh cũng không quan tâm.

Trải qua 5 năm, đến năm Canh Tý thuộc niên hiệu Thuận Trị,[1] vào ngày 20 tháng 5, bà bỗng nói với con: "Hôm nay mua gỗ đóng quan tài được rồi, vào giờ ngọ ngày 23 sắp tới mẹ sẽ về Tây phương Cực Lạc."

Sau đó bà đến từ biệt hết các nhà hàng xóm. Đúng ngày, bà an nhiên niệm Phật mà đi. Sau đó còn tự phóng lửa Tam-muội để thiêu quan tài.

Bà họ Hạ

Bà họ Hạ sống vào đời Thanh, người ở Tỳ Lăng, là vợ của cư sĩ Phan Hướng Cao. Hướng Cao hết lòng tin Phật, cùng bà Hạ tu tập pháp môn Tịnh độ. Hằng ngày bà tụng kinh Kim Cang, sớm tối thường lễ bái, niệm Phật, hồi hướng cầu vãng sinh Tây phương Cực Lạc.

Vào tháng bảy năm Canh Thân thuộc niên hiệu Khang Hy,[2] bà có bệnh, nói trước rằng giờ ngọ ngày 29 tháng ấy sẽ vãng sinh.

---

[1] Tức là năm 1660, niên hiệu Thuận Trị năm thứ 17.

[2] Tức là năm 1680, niên hiệu Khang Hy năm thứ 19.

Đúng ngày, con trai con gái đều về đủ, lại thỉnh các vị thiện hữu đến, tất cả cùng đồng thanh niệm Phật, bà chắp tay an lành ra đi.

Bà họ Lục

Bà họ Lục ở Thái Thương, Côn Sơn, là vợ Trương Quý Tư ở Đại Tây, Quan Ngoại. Từ năm 17 tuổi đã ăn chay trường, tu tập niệm Phật, tụng kinh Kim Cang, chú Đại Bi, đều hồi hướng cầu vãng sinh Tây phương Cực Lạc. Mỗi khi nhìn thấy người khác giết hại vật mạng liền phát nguyện cứu độ.

Vào tháng 9 thuộc niên hiệu Khang Hy năm thứ 42,[1] bà bỗng nhiên nhìn thấy trên không trung rất nhiều thuyền và kiệu cùng đi về hướng Tây, mà những người khiêng kiệu, chèo thuyền đều là tăng sĩ. Chưa được ba hôm sau, bà an nhiên niệm Phật mà đi vào ngày 26 tháng 9.

Chuyện vãng sinh của những người xấu ác biết sám hối

Trương Thiện Hòa

Trương Thiện Hòa sống vào đời Đường, làm nghề mổ trâu để sống. Khi lâm chung nhìn thấy cả đàn trâu biết nói tiếng người, theo đòi mạng. Thiện Hòa kinh sợ quá, gọi vợ bảo: "Mau mau thỉnh tăng đến sám hối cho tôi."

Vị tăng được thỉnh đến dạy Trương Thiện Hòa rằng: "Quán kinh có nói: Người lâm chung nhìn thấy tướng xấu ác, nếu chí tâm niệm Phật liền được vãng sinh." Thiện Hòa nói: "Địa ngục đến gấp lắm rồi, không có thì giờ lấy lư hương đâu." Liền dùng tay phải cầm lửa, tay trái niệm hương, quay mặt về phía hướng Tây chí thiết niệm Phật. Niệm chưa được mười tiếng, bỗng tự nói: "Phật đến đón tôi." Nói xong thì qua đời.

---

[1] Tức là năm 1703.

Oánh Kha

Oánh Kha sinh vào đời Tống, tuy đã xuất gia nhưng lại không kiêng rượu thịt. Tự nghĩ lại rằng, mình đã là một vị tăng mà làm việc hư hỏng xấu ác như vậy, tương lai phải chịu đọa lạc, biết làm sao? Nhờ người sống chung mang đến cho quyển Vãng sinh truyện để đọc. Đọc qua mỗi truyện đều thấy xúc động trong lòng, sau đó liền ngồi quay mặt về hướng Tây, chuyên tâm niệm Phật, bỏ cả ăn uống.

Trải qua ba ngày, trong mộng thấy Phật bảo rằng: "Con vẫn còn sống được mười năm nữa, hãy tự nỗ lực." Oánh Kha bạch Phật rằng: "Cõi Diêm-phù-đề đầy dẫy sự xấu ác, dễ mất chánh niệm, con nguyện được sinh về Cực Lạc sớm hơn, phụng sự chúng thánh." Đức Phật dạy: "Nếu vậy thì sau ba ngày ta sẽ đón con."

Đến ngày, Oánh Kha thỉnh đại chúng tụng kinh A-di-đà, lát sau nói: "Phật và đại chúng đều đã đến." Nói rồi an nhiên mà tịch.

Trọng Minh

Trọng Minh sống vào đời Tống, tu nơi chùa Báo Ân ở Sơn Âm, không nghiêm giữ được giới hạnh.

Một hôm, Trọng Minh mắc bệnh, nói với người bạn đồng tu là Đạo Ninh rằng: "Tâm thức tôi hết sức tán loạn, biết dùng cách gì đối trị?" Đạo Ninh khuyên chú tâm niệm Phật theo hơi thở. Trọng Minh nghe theo lời, chí tâm niệm Phật.

Qua được bảy ngày, Trọng Minh kiệt sức. Đạo Ninh lại dạy phép quán tưởng hình tượng Phật ngay trước mắt mình. Trọng Minh quán tưởng được hồi lâu, bỗng nhìn thấy hai vị Bồ Tát, tiếp theo lại thấy Phật, rồi nhắm mắt qua đời.

Lời bàn

Kẻ xấu ác mà được vãng sinh, đó là nhờ có tâm niệm Phật dũng mãnh gấp trăm lần bình thường, cho nên mới có thể thành tựu trong mười niệm. Nếu không được vậy, chỉ cần một chút buông lơi chậm trễ, ắt phải sẩy chân rơi vào ba đường ác.

Chuyện vãng sinh của thú vật

Rồng vãng sinh

Kinh Bồ Tát xử thai chép rằng: "Có một con rồng nói với chim kim sí rằng: 'Ta từ khi thọ sinh làm thân rồng, chưa từng giết hại, quấy nhiễu các loài sống trong nước. Sau khi ta mạng chung, sẽ sinh về cõi Cực Lạc của đức Phật A-di-đà.'"

Chim vẹt vãng sinh

Vào đời Đường, trong khoảng niên hiệu Trinh Nguyên,[1] nhà họ Bùi ở Hà Đông có nuôi một con chim vẹt, dạy cho biết nói, thường niệm Phật, quá giờ ngọ không chịu ăn. Khi lâm chung, chim niệm Phật đủ mười niệm thì tắt hơi. Lúc hỏa thiêu tìm thấy hơn chục viên xá-lợi, ánh sáng rực rỡ chói mắt.

Đại sư Tuệ Quán liền xây tháp cho chim, Doãn Vi Cao ở kinh thành viết bài bia ký.

Chim sáo vãng sinh

Vào đời Tống, Quán Công nơi chùa Chánh Đẳng ở Hoàng Nham nuôi một con chim sáo, dạy nói được tiếng người. Chim thường niệm Phật không thôi.

Một hôm, chim đứng chết trong lồng. Quán Công đào huyệt mai táng. Không lâu sau, từ đầu lưỡi chim mọc lên một đóa hoa sen màu đỏ tía.

Đàm Châu cũng có người nuôi một con sáo, biết nói, thường niệm Phật. Sau khi sáo chết, người ấy cũng đóng quan tài mai táng như người. Bỗng thấy nơi mộ phần mọc lên một đóa hoa sen, tìm xuống tận gốc thì thấy hoa sen ấy mọc ra từ miệng chim.

---

[1] Tức là trong khoảng từ năm 785 đến năm 805, đời vua Đường Đức Tông.

Đại sư Liên Trì nói rằng: "Chim vẹt, chim sáo, người dạy cho biết niệm Phật cũng là chuyện thường tình. Sao ngày nay không thấy chim vãng sinh nữa? Than ôi, cũng giống như người đời, cùng được nghe lời dạy niệm Phật, nhưng có người niệm với tâm thành tín, có người niệm với tâm dể duôi, xem thường. Vì thế nên người niệm Phật thì nhiều, người vãng sinh rất ít. Đối với chim vẹt, chim sáo, nào có khác gì đâu?"

Phụ đính: Truyện Cư sĩ Thắng Liên

Cư sĩ Thắng Liên vốn họ La, tên thật là Duẫn Mai, người ở Lâu Đông.

Ban đầu ông lấy hiệu cư sĩ Vô Thiên, vì sao sau đó lại gọi là cư sĩ Thắng Liên?

Nguyên là vào mùa thu niên hiệu Khang Hy năm thứ 40,[1] La Duẫn Mai mắc bệnh nguy kịch, định làm một bài kệ để lại trước khi qua đời, bỗng nghe giữa không trung có tiếng nói rằng: "Cư sĩ Thắng Liên vẫn còn sống được một kỷ[2] nữa, không cần làm kệ." Sau đó bệnh nhanh chóng thuyên giảm, họ hàng thân thích đều cho là kỳ lạ, từ đó đều gọi ông là cư sĩ Thắng Liên.

Vào lúc mang thai ông, người cha mộng thấy có một vị tăng đến ở trọ trong nhà, ngày hôm sau liền sinh ra cư sĩ. Nhân đó, người cha đã sớm biết cư sĩ là người sẵn đủ căn lành từ nhiều đời trước.

Đến năm được 4, 5 tuổi, ông vẫn còn nhớ được dung mạo, làng xóm chỗ ở của cha mẹ đời trước. Một hôm đùa nghịch chạy quanh cây cột nhiều vòng, chóng mặt té ngã liền bị mẹ đánh, ông khóc rồi đi ngủ, đến lúc tỉnh dậy thì không còn nhớ gì nữa. Do đó mới biết sử sách ghi lại những chuyện tiền thân của Dương Thúc Tử, Đổng Thanh Kiến, Tô Đông Pha là đúng thật, không hư dối.

---

[1] Tức là năm 1701.

[2] Một kỷ tức là 12 năm.

Từ sau khi theo thầy học chữ, ông không còn đùa nghịch, không học theo các thói quen của những trẻ thiếu niên cùng lứa tuổi. Ông học tập mỗi ngày một tiến bộ rất nhanh, ai ai cũng tin chắc là sẽ thành đạt khoa bảng. Nhưng cha ông là La Tịch Chi, vì thấy ông thường nhiều bệnh nên thương xót, không cho theo đường thi cử. Cư sĩ khéo hiểu được lòng cha mẹ, nên tuy theo nghiệp thi thư nhưng không cầu danh vọng hiển đạt, chỉ viết ra một quyển sách để tự lấy làm vui. Sách Hoàng diệp thảo do ông soạn ra, lấy tôn chỉ tâm tánh phát lộ thành văn chương như Lý, Đỗ.[1]

Từ thuở nhỏ ông đã có sự lưu tâm đến thuật dưỡng sinh của Đạo giáo, sau đó từng đến tham học với Bích Nham Lão nhân, thấu triệt sáng tỏ được tinh yếu của thiền tông. Từ khi La Tịch Chi bước qua tuổi trung niên, ông gánh vác hết việc nhà, không để cha mẹ phải bận tâm, lại tận tâm tận lực lo việc phụng dưỡng đến tận cuối đời, lòng hiếu thảo thật không ai hơn.

Vào mùa thu niên hiệu Khang Hy năm thứ 52,[2] cư sĩ Thắng Liên lại ngã bệnh, bấm đốt tay tính lại thì thời hạn một kỷ (12 năm) đã hết. Người người đều lo sợ, nhưng cư sĩ không chút lưu tâm.

Trước đây, ở địa phương này rất ít người tu tập theo Tịnh độ, cư sĩ đề xướng lập ra Liên xã để mọi người có thể quy tụ cùng nhau niệm Phật, có đến ba, bốn chỗ. Từ đó mới có rất nhiều người niệm Phật. Một hôm, cư sĩ nằm mộng thấy có người đến nói: "Ông khuyên người tu theo Tịnh độ, công đức rất lớn, nên tuổi thọ vẫn còn chưa dứt, nay hãy tạm chưa đi." Sau đó bệnh tự nhiên nhanh chóng khỏi hẳn. Nhân việc ấy, mọi người càng thấy kỳ lạ hơn.

Cư sĩ Thắng Liên giàu lòng từ bi, ưa thích làm việc thiện, thường hết thảy những việc như phóng sinh, nuôi trẻ mồ côi,

---

[1] Văn chương như Lý, Đỗ: chỉ Lý Bạch và Đỗ Phủ, đều là các nhà thơ danh tiếng đời Đường.

[2] Tức là năm 1713.

cứu giúp người đói thiếu, cư sĩ đều đứng ra gánh vác hoặc vui vẻ giúp vào, đem tâm chân thành mà thực hiện.

Vào năm Kỷ Sửu thuộc niên hiệu Khang Hy[1] có nạn đói, người chết nằm đầy đường, [quan địa phương] biết cư sĩ là người hiền đức lại có khả năng, nên mời cư sĩ cùng tham gia giúp việc cứu tế. Công việc thành tựu, quan Đại Trung Thừa là Vu công[2] liền tấu xin triều đình cấp biển ngạch để biểu dương, nhưng cư sĩ từ chối không nhận.

Mùa đông năm Ất Mùi,[3] có hai người cùng làng đến nhà cư sĩ xin vay một trăm lượng bạc. Cư sĩ tin tưởng đưa cho mượn. Hai người ấy muốn đến Sùng Xuyên mua hàng buôn bán, nhưng khi thuyền đi đến cung Thiên Hậu[4] thì số tiền bị mất sạch. Ngoài hai người mất tiền, trên thuyền có cả thảy bảy người khác, đều cùng nhau quay về. Hai người bị mất tiền định mang sự việc báo quan nhờ tra xét. Cư sĩ động lòng thương bảo họ: "Nếu báo lên quan, khi tra xét chắc chắn phải dùng nhục hình. Nếu đúng là kẻ trộm thì tra tấn cũng được, nhưng nếu họ không phải kẻ trộm thì sao? Hơn nữa, trong số bảy người kia có hai người khách từ Gia Hưng đến, nếu bị giam nhốt trong lúc trời rét lạnh như thế này, ai sẽ mang cơm nước cho họ? Nếu không chịu đựng nổi, ắt sẽ có người bỏ mạng."

Cư sĩ nói vậy rồi bảo hai người kia không cần phải trả lại số tiền đã vay, xem như bỏ qua sự việc ấy. Tấm lòng và công hạnh của cư sĩ, đa phần đều là như vậy.

Vào ngày tết Đoan Ngọ năm nay,[5] cư sĩ Thắng Liên gặp tôi

---

[1] Tức là năm 1709.

[2] Tức Vu Thành Long.

[3] Tức là năm 1715.

[4] Nguyên bản Hán văn dùng Thiên Phi cung (天妃宮), là tên khác của cung Thiên Hậu, một kiểu miếu thờ thường gặp nhiều ở các vùng duyên hải vì dân gian cho rằng vị này có thể giúp họ đi thuyền gặp sóng yên biển lặng. Việt Nam cũng có nhiều nơi có miếu thờ Thiên Hậu.

[5] Tức là ngày mồng 5 tháng 5 vào năm Tiên sinh Chu An Sĩ viết bài này. Trong

đến thăm, hết sức vui mừng, nói rằng: "Tôi muốn soạn ra một bộ sách Tây quy trực chỉ, khuyên người tu theo Tịnh độ, ngoài tiên sinh ra e không còn ai đủ khả năng. Mong tiên sinh vì tôi mà sớm hoàn tất để khắc bản lưu hành."

Tôi đồng ý nhận lời, từ đó thu thập trong khắp thảy các kinh sách về Tịnh độ, phụ thêm vào ý riêng của mình, soạn thành một bộ sách 4 quyển, đến ngày 14 tháng 6 thì hoàn tất.[1] Qua ngày rằm, tôi mang sách đến Lâu Đông thì mới hay cư sĩ biết sách đã hoàn tất nên an nhiên thị tịch rồi.

Về chuyện cư sĩ vãng sinh Tây phương thì trước đó vào ngày mồng 2 tháng 6, ông đã đi từ biệt khắp bạn bè thân quyến, dự định vào giờ ngọ ngày mồng 6 sẽ ra đi. Sau khi thu xếp xong tất cả mọi việc, cư sĩ dặn lại người con trai phải lo việc khắc bản lưu hành sách Tây quy trực chỉ. Đúng ngày, cư sĩ tắm rửa xong ngồi ngay ngắn, đọc kệ rồi đi. Cư sĩ thị tịch hồi lâu, quyến thuộc có nhiều người than khóc, kêu gào không thôi, liền bỗng dưng mở mắt ra nói: "Vì sao [lại khóc lóc làm] trở ngại [sự vãng sinh của ta? Đành phải] chậm lại bảy ngày nữa."

Lại sang đến ngày 14, vừa tờ mờ sáng, cư sĩ nói với người nhà rằng: "Hôm nay ta sẽ đi."

Hôm ấy có trưởng lão Kiền Hạnh và một số đạo hữu cùng đến, mọi người cùng nhau niệm Phật để giúp cư sĩ vãng sinh. Vừa đến giờ thìn, cư sĩ bỗng nghiêm nghị nói: "Bồ Tát đã đến rồi." Nói xong, liền chắp tay hướng về phương Tây, niệm Phật rồi thị tịch.

Ôi, người đời muôn việc đều có thể giả tạo, chỉ riêng một việc sống chết là hoàn toàn không thể giả tạo. Sự ra đi của cư sĩ

---

nguyên tác không ghi là năm nào, nhưng theo tra cứu các tư liệu khác thì việc Tiên sinh Chu An Sĩ gặp Cư sĩ Thắng Liên là vào năm Khang Hy thứ 55, tức là năm 1716.

[1] Căn cứ nội dung bài này thì việc biên soạn sách Tây quy trực chỉ này được Tiên sinh Chu An Sĩ thực hiện chỉ trong vòng một tháng mười ngày.

được an lành như vậy, há có thể là chuyện một sớm một chiều mà đạt được hay sao?

Cư sĩ có một người con trai là La Triệu Chỉ. Người vợ chính tên Trầm, người vợ kế tên Chu, đều là những người hiền hòa hiếu thuận. Cháu nội có ba người, đều tỏ ra nhanh nhẹn, thông minh tài trí.

Bài kệ từ biệt thế gian của cư sĩ như sau:

七十一年，
拖著皮袋。
今日撇下，
何等自在。

Thất thập nhất niên,
Đà trước bì đại.
Kim nhật phiết hạ,
Hà đẳng tự tại!

Tạm dịch:

Bảy mươi mốt năm qua,
Mang nặng một túi da.
Hôm nay vừa quẳng xuống,
Tự tại biết bao là!

安士全書

PHỤ ĐÍNH BÀI VĂN KHUYÊN PHÁT TÂM BỒ-ĐỀ

Kẻ phàm tăng ngu muội kém cỏi là Thật Hiền,[1] nay khóc chảy máu mắt mà cúi lạy, đau xót có lời dâng lên đại chúng hiện tiền, cùng hết thảy thiện nam tín nữ. Kính mong quý vị mở lòng từ bi, có chút lưu tâm lắng nghe xét kỹ.

Thường nghe rằng, cửa ngõ vào Chánh đạo, sự phát tâm quan trọng nhất; việc gấp trên đường tu, không gì hơn lập nguyện. Nguyện đã lập thành thì có thể cứu độ chúng sinh, tâm đã phát khởi thì quả Phật ắt thành tựu. Ví như không phát tâm rộng lớn, lập nguyện kiên cố, ắt là trải qua vô số kiếp vẫn còn nguyên trong chốn luân hồi. Cho dù có tu hành, hết thảy chỉ là uổng công khổ nhọc. Vì thế, kinh Hoa Nghiêm dạy rằng: "Kẻ tu các pháp lành mà quên mất tâm Bồ-đề, đó gọi là theo nghiệp của ma." [Phát tâm rồi] quên mất còn như thế, huống chi là chưa phát tâm? Cho nên biết rằng, muốn học theo Chánh pháp Như Lai, trước hết phải phát khởi đầy đủ tâm nguyện Bồ Tát, không thể chậm trễ.

---

[1] Nguyên tác ghi bài văn này của Đại sư Tỉnh Am. Đại sư tên húy là Thật Hiền, tự Tư Tế, hiệu Tỉnh Am, sinh năm 1685 và viên tịch năm 1734.

Nhưng tâm nguyện có khác biệt, tướng trạng rất nhiều, nếu không chỉ rõ biết theo khuynh hướng nào? Nay xin vì đại chúng mà nói qua sơ lược, sự phát tâm có tám khuynh hướng khác biệt là: tà vạy, chính đáng, chân thật, dối trá, rộng lớn, nhỏ hẹp, thiên lệch và viên mãn.

Phát tâm như thế nào gọi là tà vạy? Thế nào là chính đáng? Thế nào là chân thật? Thế nào là dối trá? Thế nào là rộng lớn? Thế nào là nhỏ hẹp? Thế nào là thiên lệch? Thế nào là viên mãn?

Có những kẻ tu hành không cứu xét tự tâm, chỉ biết hướng theo ngoại cảnh, như mong cầu lợi dưỡng hoặc tham muốn danh tiếng, chạy theo khoái lạc nhục dục hiện tại hoặc mong cầu quả báo tương lai. Phát tâm như thế gọi là tà vạy.

Không cầu lợi dưỡng, danh tiếng, cũng không tham dục lạc, quả báo, chỉ vì muốn thoát ly sinh tử, thành tựu Bồ-đề. Phát tâm như thế gọi là chính đáng.

Mỗi một niệm đều ngưỡng cầu Phật đạo, mỗi một ý tưởng trong tâm đều thương xót giáo hóa chúng sinh. Dù nghe rằng Phật đạo thăm thẳm dài lâu, cũng không thối tâm khiếp sợ; nhìn thấy chúng sinh khó hóa độ, cũng không sinh lòng chán nản mỏi mệt. Như trèo núi cao chót vót, quyết lên tận đỉnh; như leo tháp lớn sừng sững, quyết đến tột cùng. Phát tâm như thế gọi là chân thật.

Tạo tội rồi không sám hối, mắc lỗi không chịu dứt trừ, bên ngoài ra dáng trong sạch, trong lòng đầy dẫy nhớp nhơ. Trước khởi tâm chuyên cần, sau hóa ra lười nhác. Tuy có chút lòng tốt, phần nhiều lại bị danh lợi xen vào. Dù có tu pháp lành, lại bị tội lỗi nghiệp xấu làm ô nhiễm. Phát tâm như thế gọi là dối trá.

Pháp giới chúng sinh chưa cùng tận thì nguyện vẫn còn, đạo Bồ-đề chưa thành tựu thì nguyện chưa trọn. Phát tâm như thế gọi là lớn lao.

Quán xét ba cõi như tù ngục, vòng sinh tử như kẻ oán thù, chỉ muốn mau mau tự độ, không dám nghĩ đến việc cứu độ muôn người. Phát tâm như thế gọi là nhỏ hẹp.

Nếu ngoài tâm này thấy có chúng sinh phải nguyện cứu độ, thấy có Phật đạo phải nguyện tựu thành, công khó tu tập không quên, tri kiến tích tụ chẳng bỏ. Phát tâm như thế gọi là thiên lệch.

Nếu biết tự tánh này là chúng sinh nên nguyện độ thoát; tự tánh này là Phật đạo nên nguyện tựu thành. Không thấy có bất kỳ pháp nào lìa khỏi tâm này mà tự hiện hữu. Dùng tâm rỗng rang như hư không để phát nguyện lớn như hư không, tu tập công hạnh như hư không, chứng đắc quả vị như hư không, nhưng rốt cùng cũng không có tướng trạng hư không có thể nắm bắt. Phát tâm như thế gọi là viên mãn.

Biết rõ được tám sự khác biệt như trên rồi thì biết phán xét; biết phán xét thì biết chọn lựa lấy bỏ; biết chọn lựa lấy bỏ thì có thể phát tâm theo cách đúng đắn.

Thế nào là phán xét? Đó là nói việc tự phán xét xem chỗ phát tâm của mình rơi vào khuynh hướng nào trong tám điều nêu trên. Là tà vạy hay chính đáng? Là chân thật hay dối trá? Là lớn lao hay nhỏ hẹp? Là thiên lệch hay viên mãn?

Thế nào là chọn lựa lấy bỏ? Đó là nói phải bỏ đi những khuynh hướng tà vạy, dối trá, nhỏ hẹp, thiên lệch, mà chọn lấy những khuynh hướng chính đáng, chân thật, lớn lao, viên mãn.

Phát tâm được như thế mới có thể gọi là phát tâm Bồ-đề một cách chân chánh.

Tâm Bồ-đề này đứng đầu tất cả pháp lành, phải có nhân duyên mới có thể phát khởi. Nay sẽ nói về nhân duyên, sơ lược có mười loại.

Những gì là mười nhân duyên phát tâm Bồ-đề?

- Thứ nhất, vì nghĩ đến ơn Phật sâu nặng nên phát tâm;
- Thứ hai, vì nghĩ đến công ơn cha mẹ nên phát tâm;
- Thứ ba, vì nghĩ đến ơn thầy nên phát tâm;
- Thứ tư, vì nghĩ đến ơn thí chủ cúng dường nên phát tâm;
- Thứ năm, vì nghĩ đến ơn chúng sinh nên phát tâm;
- Thứ sáu, vì nghĩ đến nỗi khổ sinh tử nên phát tâm;
- Thứ bảy, vì tôn trọng tự tánh linh giác nên phát tâm;
- Thứ tám, vì sám hối nghiệp chướng nên phát tâm;
- Thứ chín, vì cầu sinh Tịnh độ nên phát tâm;
- Thứ mười, vì khiến cho Chánh pháp được trụ thế lâu dài nên phát tâm.

Thế nào là nghĩ đến ơn Phật sâu nặng?

Đó là nói việc đức Như Lai Thích-ca của chúng ta từ thuở mới vừa phát tâm, vì chúng ta mà hành đạo Bồ Tát, trải qua vô số kiếp chịu mọi khổ não. Khi ta tạo nghiệp xấu ác thì Phật khởi tâm thương xót, dùng phương tiện giáo hóa, nhưng ta lại ngu si không chịu tin nhận. Ta phải đọa vào địa ngục, Phật lại đau lòng thương xót, muốn thay ta chịu khổ, nhưng vì ta tạo nghiệp nặng nề nên không thể cứu vớt. Ta sinh làm người, Phật dùng phương tiện khiến ta biết gieo trồng căn lành. Đời này sang đời khác, tâm Phật vẫn luôn hiện hữu cùng ta, chưa từng tạm rời. Thuở Phật vừa xuất thế, ta hãy còn chìm sâu trong biển nghiệp, nay ta được làm người thì Phật đã nhập diệt. Ta do tội gì phải sinh thời mạt pháp không có Phật? Ta nhờ phúc gì được dự hàng xuất gia? Vì nghiệp chướng gì không được nhìn thấy kim thân Phật? Do may mắn gì mà tự mình được chiêm bái xá-lợi Phật?

Lại suy xét rằng, ví như đời trước không gieo trồng căn lành, nay làm sao được nghe pháp Phật? Nếu không được nghe pháp Phật, làm sao biết mình thường chịu ơn Phật? Ân đức như thế, núi cao gò lớn cũng chẳng sánh bằng. Nếu tự mình không phát tâm rộng lớn, hành đạo Bồ Tát, xây dựng phát triển Phật pháp, cứu giúp hóa độ chúng sinh, thì cho dù có tan xương nát thịt cũng không thể báo đền.

Đó là nhân duyên thứ nhất để phát tâm Bồ-đề.

Thế nào là nghĩ đến ơn cha mẹ?

Mỗi khi nghĩ đến cha mẹ thì buồn thương khôn nguôi, bởi sinh ta ra mà phải chịu khổ nhọc trăm bề. Mười tháng mang thai, ba năm bú mớm; đêm bên ướt mẹ nằm, bên ráo con lăn, ngày đắng cay mẹ nuốt, ngon ngọt phần con, nhờ vậy nay ta mới được thành người. Chỉ mong ta kế tục nghiệp nhà, nối đường thờ tự. Nay ta chọn đường xuất gia, lạm xưng đệ tử Phật, hổ thẹn nhận danh sa-môn. Món ngon ngọt chẳng dâng cha mẹ, ngày kỵ giỗ không cúng tổ tiên. Cha mẹ còn sống đã không chu toàn nuôi dưỡng, chết đi không dẫn dắt được theo đường lành. Xét việc đời là mất mát lớn lao, xét việc đạo còn chưa thật hữu ích. Ví như đôi đường đều thất bại thì tội lỗi nặng nề thật khó tránh.

Lại suy xét rằng, chỉ có một cách duy nhất là đời đời kiếp kiếp thường hành Phật đạo, rộng độ chúng sinh mười phương ba đời. Được như thế thì không chỉ cha mẹ trong một đời, mà cả cha mẹ nhiều đời nhiều kiếp cũng đều được cứu độ; không chỉ riêng cha mẹ của một người, mà cha mẹ của tất cả mọi người cũng đều được siêu thoát.

Đó là nhân duyên thứ hai để phát tâm Bồ-đề.

Thế nào là nghĩ đến ơn thầy?

Cha mẹ tuy có thể sinh ta ra và nuôi dưỡng thân thể, nhưng nếu không có các bậc thầy dạy ở đời, hẳn ta không biết đến lễ nghĩa; nếu không có các bậc thầy dạy trong đạo, hẳn ta không hiểu được pháp Phật.

Không biết lễ nghĩa thì cũng giống như súc vật, không hiểu pháp Phật thì khác chi người thế tục? Nay ta cũng biết được đôi điều lễ nghĩa, hiểu được sơ lược về pháp Phật, trên mình được khoác cà-sa, thân tâm thấm nhuần giới hạnh. Được như thế đều nhờ ơn thầy dạy.

Nếu phát tâm cầu quả vị nhỏ nhoi, chỉ có thể lợi ích riêng mình. Nay chọn theo Đại thừa, nguyện lớn lao lợi khắp muôn người, thì các bậc thầy dạy dù ở đời hay trong đạo cũng đều sẽ được phần lợi ích.

Đó là nhân duyên thứ ba để phát tâm Bồ-đề.

Thế nào là nghĩ đến ơn thí chủ cúng dường?

Đó là nói việc chúng ta hôm nay, mọi thứ cần dùng hằng ngày đều không phải tự sức mình có được. Cháo cơm ngày hai bữa, y phục đủ bốn mùa, khi bệnh tật cần đến, lúc sinh hoạt thường ngày, hết thảy mọi chi phí đều có được từ sức lực người khác, mang đến cho ta tiêu dùng.

Người khác phải đem hết sức lực tự thân cày cấy, vẫn chưa kiếm đủ miếng ăn; còn ta ngồi không được ăn, vẫn chưa vừa ý. Người khác thì dệt dệt đan đan, vẫn chưa hết khó khăn thiếu thốn; còn ta ngồi không mà y phục có thừa, chẳng biết quý tiếc. Người khác thì nhà tranh vách lá, rối rắm suốt đời; còn ta thì nhà to sân rộng, nhàn tĩnh quanh năm.

Người khác cực nhọc để ta được an nhàn, có thể an lòng được sao? Lấy nguồn lợi của người khác để trau chuốt thân mình, như thế có hợp lý chăng?

Cho nên, nếu tự thân mình không thể vận dụng đủ bi lẫn trí, không tự trang nghiêm cả phúc lẫn tuệ, khiến cho tất cả đàn-na tín thí đều được nhờ ơn, hết thảy chúng sinh đều được lợi ích, thì cho dù hạt gạo sợi tơ, nhỏ nhặt đến thế cũng phải đền trả đủ, mà quả báo xấu ác cũng khó lòng tránh khỏi.

Đó là nhân duyên thứ tư để phát tâm Bồ-đề.

Thế nào là nghĩ đến ơn chúng sinh?

Đó là nói việc ta và chúng sinh từ vô số kiếp đến nay, đời này kiếp nọ vẫn thường thay đổi làm cha mẹ của nhau, nên có ơn với nhau. Nay tuy sang đời khác thì mê mờ hôn ám, chẳng còn biết nhau, nhưng theo lý mà suy, thì lẽ nào có ơn lại không lo báo đáp?

Ngày nay tuy thấy những con vật mang lông đội sừng, sao biết được trước đây ta chẳng từng làm con của chúng? Ngày nay tuy thấy những loài côn trùng nhỏ nhít, sao biết được trước đây chẳng từng là cha mẹ của ta? Thường thấy trẻ thơ, nếu phải xa cách cha mẹ thì lớn lên không nhớ được dung mạo, huống chi là cha mẹ trong đời trước, nay tất nhiên không thể nhớ được. Ví như cha mẹ đời trước giờ đang gào khóc dưới địa ngục, lăn lộn trong cảnh giới ngạ quỷ, khổ sở đớn đau ai biết được? Đói khát thiếu thốn ai bảo cùng ta? Dù ta không thấy nghe hay biết, tất nhiên họ vẫn đang mong cầu có người cứu giúp. Chỉ Kinh văn mới có thể kể rõ sự này, chỉ đức Phật mới có thể dạy ta việc ấy, còn những kẻ tà kiến làm sao biết được?

Cho nên, Bồ Tát quán chiếu nơi trùng kiến, thấy tất cả đều là cha mẹ trong quá khứ, đều là chư Phật trong tương lai, thường nghĩ việc làm lợi ích, báo đáp ân đức.

Đó là nhân duyên thứ năm để phát tâm Bồ-đề.

Thế nào là nghĩ đến nỗi khổ sinh tử?

Đó là nói ta cùng với hết thảy chúng sinh, từ vô số kiếp đến nay thường ở trong sinh tử, chưa từng được giải thoát. Khi cõi nhân gian, lúc miền thiên thượng, khi ở cõi này, lúc sang phương khác, sống chết vạn mối, thăng trầm thoáng chốc. Vừa sinh cõi trời thoắt đã làm người; rồi thoắt lại đã sa vào địa ngục, ngạ quỷ, súc sinh. Cửa địa ngục sớm ra tối vào, hang sắt lạnh tạm rời lại đến. Lên núi đao toàn thân chẳng còn một chút da, leo cây phủ kiếm khắp người chịu cắt xẻo. Hòn sắt nóng chẳng trừ cơn đói, nuốt vào rồi ruột gan chín bấy. Nước đồng sôi không nguôi cơn khát, uống vào rồi xương thịt nát nhừ. Cưa sắc cưa lìa thân thể, vừa đứt ra đã dính liền trở lại; gió quái lạ thổi thoáng qua người, chết đi rồi đã sống lại ngay.

Lửa dữ đầy thành, vang tiếng kêu gào thảm thiết; vạc lớn nấu đun, chỉ nghe âm thanh thống khổ bên tai. Băng giá vừa ngưng, thân xanh mét như sen xanh bó nhụy; máu thịt rã rời, thể bầm đỏ như ngó sen dập nát. Sống chết trong một đêm, địa ngục trải qua vạn lượt; đau đớn thống khổ mỗi ngày, so với nhân gian dài hơn trăm tuổi. Đã bao lần khiến ngục tốt phải ra sức hành hình mệt nhọc, mà nào ai chịu tin lời Diêm chúa răn đe? Lúc thọ hình mới biết là khổ, tuy hối hận làm sao quay lại? Nhưng thoát ra rồi quên sạch sành sanh, bao nghiệp ác vẫn làm như cũ!

Dùng roi quất lừa chảy máu, ai biết mình đang đánh mẹ? Dắt lợn vào lò mổ, nào hay ta sắp giết cha? Ăn thịt con không biết, Văn vương xưa còn như thế.[1] Nhai nuốt cha mẹ chẳng hay, muôn loài đều vậy cả. Ngày trước cùng ân ái, nay oán thù nhau; xưa vốn là thù địch, nay thành cốt nhục một nhà. Trước là mẹ nay lại làm cha, trước là cha nay lại làm chồng. Nếu nhớ biết được chuyện đời trước, ắt phải thấy xấu hổ, nhục nhã. Người có thiên nhãn nhìn thấu tất cả, ắt phải thấy nực cười thương xót.

Phẩn uế tụ thành một bọc, chín tháng trong ấy khó qua; máu mủ nhơ nhớp một đường, nhất thời chui xuống đáng thương! Ấu thơ không biết, đó đây đều không phân biệt; lớn lên nhận hiểu, tức thời khởi sinh tham dục. Không bao lâu thì bệnh khổ, già nua tìm đến; chẳng mấy chốc vô thường đã gọi. [Phút lìa đời] gió lửa hỗn độn, vây quanh thần thức rối loạn; tinh huyết cạn kiệt, bên ngoài da thịt dần khô. Mỗi lỗ chân lông đều như kim đâm thấu thịt; mắt mũi miệng thảy đều như dao cắt. Con rùa mang nấu chín, thịt lôi ra khỏi mai vẫn còn là dễ, so với thần thức lâm chung thoát xác, khó hơn bội phần.

Tâm này không có chủ thể thường tồn, như kẻ đi buôn khắp

---

[1] Văn vương lúc còn bị giam ở Dữu Lý, bị Trụ vương giết con trai lấy thịt nấu chín đưa cho ăn. Vì muốn giữ mạng sống để thành tựu việc lớn, ông tuy biết nhưng đành phải giả vờ không biết vẫn ăn vào. Trụ vương thấy vậy cho ông là người tầm thường, không cần phải đề phòng, nhờ đó mà ông thoát chết.

chốn đều làm khách lạ. Thân này không có hình thể cố định, chỉ như nhà ở thường dời chuyển đó đây. Thân này biết bao lần qua lại giữa luân hồi, [tính đếm ra thì] số hạt bụi cõi đại thiên cũng không so được. Mỗi mỗi biệt ly rơi lệ, [gom hết lại thì] sóng nước bốn biển chẳng nhiều bằng. Xương cốt bao đời tích lũy, dẫu núi cao còn chưa sánh kịp. Thân xác từng bỏ trong sáu nẻo, dàn trải ra tràn khắp cõi đất. Ví như không được nghe lời Phật dạy, những điều như vậy ai thấy ai nghe? Khi chưa đọc qua Kinh điển, lý lẽ như thế làm sao rõ biết?

Nếu cứ tham luyến như xưa, si mê không khác trước, chỉ sợ trong muôn kiếp ngàn đời, một lần sai sẽ trăm lần sai tiếp. Thân người này khó được dễ mất, tuổi đời trôi nhanh không thể níu kéo. Rồi đường trước mịt mờ, một lần biệt ly là thăm thẳm. Nghiệp báo xấu ác trong ba đường dữ, tự làm tự chịu. Đau đớn không sao nói hết, biết ai thay mình nhận lãnh? Nói đến đây, sao có thể không rùng mình run sợ?

Vì thế nên phải dứt dòng sinh tử, thoát biển ái dục, cứu mình cứu người, cùng lên bờ giác. Công phu thành tựu trong muôn kiếp lâu xa, đều tùy thuộc vào nỗ lực quyết định một lần này.

Đó là nhân duyên thứ sáu để phát tâm Bồ-đề.

Thế nào là tôn trọng tự tánh linh giác?

Đó là nói việc tâm thức này của ta hôm nay, so với tâm thức của đức Thích-ca Như Lai quả thật không hai, không khác. Vì sao đức Thế Tôn từ vô lượng kiếp trước đã sớm thành Chánh giác, còn ta thì đến nay vẫn hôn mê điên đảo, vẫn là phàm phu? Đức Thế Tôn lại có đủ vô lượng thần thông, trí tuệ, công đức trang nghiêm, còn ta thì chỉ thấy đầy dẫy vô số phiền não, nghiệp lực dắt dẫn, sinh tử trói buộc? Cùng một tâm tánh mà mê ngộ cách nhau như trời vực, tĩnh tâm suy xét, lẽ nào lại không đáng hổ thẹn? Thật chẳng khác gì hạt châu vô giá nằm trong bùn nhơ, bị xem như ngói sỏi không ai quý trọng.

Thế nên phải dùng đến vô số pháp lành để đối trị phiền não, dày công tu tập giới hạnh thì tánh đức mới hiển lộ, như hạt châu kia được rửa sạch mài bóng, mang treo lên tòa cao rực rỡ tỏa chiếu, soi sáng khắp nơi. Như thế mới có thể gọi là không bội ơn giáo hóa của Phật, không uổng phụ tánh linh giác của chính mình.

Đó là nhân duyên thứ bảy để phát tâm Bồ-đề.

Thế nào là sám hối nghiệp chướng?

Trong kinh dạy rằng, phạm một trong các tội đột-cát-la,[1] phải đọa vào địa ngục thời gian lâu bằng 500 năm ở cõi trời Tứ thiên vương.[2] Đột-cát-la là tội nhẹ, mà còn chịu nghiệp báo như vậy, huống chi các tội nặng, nghiệp báo quả thật khó nói hết!

Chúng ta ngày nay trong sinh hoạt thường ngày, mỗi hành vi, động tác thường phạm giới hạnh; mỗi miếng cơm, ngụm nước luôn trái luật nghi. Mỗi một ngày qua đã phạm vô số tội, huống chi trong suốt một đời, trải qua nhiều kiếp, tội lỗi sinh khởi chắc chắn là không thể nói hết!

Chỉ xét riêng theo Năm giới mà nói, mười người đã chín kẻ phạm, nhưng người bày tỏ phát lộ thì ít, kẻ che giấu lại nhiều. Năm giới chỉ là giới của người cư sĩ mà còn chưa giữ trọn, huống chi các giới sa-di, tỳ-kheo, Bồ Tát giới, hẳn sự thiếu sót đã quá rõ không cần phải nói. Có ai hỏi đến liền xưng danh tỳ-kheo, nhưng xét thực chất lại chưa trọn đức hạnh của người cư sĩ, chẳng đáng hổ thẹn lắm sao?

Nên biết rằng, giới luật do Phật chế định, thà không thọ trì, một khi đã thọ trì thì không được hủy phạm, một khi đã hủy phạm thì rốt cùng phải chịu đọa lạc. Nếu không sớm khởi tâm thương mình thương người, đau xót cho người, đau xót cho

---

[1] Đột-cát-la (duṣkṛta): chỉ chung nhóm tội nhẹ trong giới luật, nên cũng gọi là tội khinh cấu.

[2] Mỗi một ngày đêm ở cõi trời Tứ thiên vương bằng 50 năm ở cõi người. Vì thế, thời gian được nói ở đây là hơn 9 triệu năm ở cõi người.

mình, thân khẩu cùng thống thiết, miệng niệm lệ rơi đều chân thành, khắp vì tất cả chúng sinh, bi ai cầu xin sám hối, thì chắc chắn trong ngàn đời muôn kiếp, khó tránh được quả báo xấu ác.

Đó là nhân duyên thứ tám để phát tâm Bồ-đề.

Thế nào là cầu sinh Tịnh độ?

Đó là nói việc nơi thế giới Ta-bà này, tu hành tăng tiến rất khó khăn; được vãng sinh về Tây phương Cực Lạc, thì thành tựu quả Phật cũng dễ dàng. Vì dễ dàng nên một đời có thể xong việc, bởi khó khăn nên nhiều kiếp vẫn chưa thành. Thế nên, các bậc hiền thánh xưa nay, ai ai cũng cũng đều hướng đến; trong ngàn kinh muôn luận, đâu đâu cũng chỉ về Tịnh độ.

Trong đời mạt pháp, không một pháp môn nào vượt hơn Tịnh độ. Tuy nhiên, trong kinh dạy rằng, căn lành ít không thể vãng sinh, phúc đức nhiều mới có thể thành tựu. Muốn nhiều phúc đức, chẳng gì hơn niệm danh hiệu Phật; muốn thừa căn lành, không gì bằng phát tâm rộng lớn. Vì thế, niệm thánh hiệu dù trong chốc lát, cũng hơn người bố thí trăm năm; một khi vừa phát tâm Bồ-đề, đã vượt qua sự tu hành nhiều kiếp.

Niệm Phật vốn mong thành Phật, nếu chẳng phát tâm rộng lớn thì niệm để làm gì? Phát tâm là để tu hành, nếu không sinh về Tịnh độ thì dù phát tâm rồi cũng sẽ thối chuyển. Cho nên, ruộng tâm địa gieo hạt giống Bồ-đề, dùng lưỡi cày niệm Phật, thì đạo quả tự nhiên tăng trưởng. Nương con thuyền đại nguyện, vào biển lớn Tịnh độ, cõi Tây phương quyết định được vãng sinh.

Đó là nhân duyên thứ chín để phát tâm Bồ-đề.

Thế nào là khiến cho Chánh pháp được trụ thế lâu dài?

Đó là nói việc đức Thế Tôn từ vô số kiếp đến nay, vì chúng ta mà tu đạo Bồ-đề, việc khó làm cũng làm được, việc khó nhẫn cũng nhẫn được, cho đến khi nhân quả viên mãn, cuối cùng thành tựu quả Phật.

Sau khi thành Phật, hóa độ chúng sinh trọn khắp, nhân duyên đã dứt mới nhập Niết-bàn. Cho đến các giai đoạn chánh pháp, tượng pháp đều đã qua, nay chỉ còn thời mạt pháp. Giáo pháp không người tu tập, tà chánh chẳng thể phân, đúng sai không rõ biết; người người tranh đua chạy theo nhân ngã, thảy thảy đều mưu cầu lợi danh. Nhìn khắp thiên hạ mênh mông đều là như vậy, chẳng còn ai biết Phật là người nào, Pháp có nghĩa chi, Tăng là danh xưng gì? Suy tàn cho đến mức ấy, nói ra càng không nỡ, mỗi khi nghĩ đến bất giác phải rơi lệ.

Chúng ta là Phật tử mà không thể báo đền ơn Phật, tự thân không làm lợi mình, đối với bên ngoài chẳng làm lợi người, sống trên đời đã là vô ích, chết đi cũng chẳng lợi lạc mai sau, trời tuy cao không sao che chở, đất tuy dày chẳng thể đỡ nâng. Như vậy, kẻ mang tội lỗi nặng nề nhất, chẳng phải ta thì là ai?

Do đó nên trong lòng đau đớn không sao chịu nổi, chẳng nghĩ được cách nào cho vẹn toàn. Hốt nhiên liền quên đi sự kém cỏi của mình, khởi phát tâm Bồ-đề rộng lớn. Tuy hiện nay không thể vãn hồi đời suy mạt, nhưng quyết sẽ lo tính việc hộ trì Chánh pháp tương lai. Vì thế mới cùng các vị thiện hữu đến nơi đạo tràng, soạn thành sám pháp, lập pháp hội này, phát khởi 48 lời nguyện lớn, mỗi nguyện đều cứu độ chúng sinh. Mong sao luôn giữ tâm sâu vững trong trăm ngàn kiếp, tâm nào cũng đều là tâm Phật.

Kể từ hôm nay cho đến tương lai không cùng tận, hết một đời này nguyện sinh về Cực Lạc, tiến tu lên hàng cửu phẩm, quay lại cõi Ta-bà, làm cho mặt trời Phật đạo lại rực rỡ huy hoàng như trước, Phật pháp lại rộng mở khắp thế gian, chư Tăng như biển lớn thanh tịnh trong toàn cõi, người người được hóa độ ngay tại Ta-bà, đời thịnh đức nhờ đó tăng thêm, Chánh pháp trụ dài lâu cõi thế; tâm nguyện hết sức chân thành, tha thiết như vậy.

Đó là nhân duyên thứ mười để phát tâm Bồ-đề.

Mười nhân duyên như trên đều đã biết, tám khuynh hướng phát tâm cũng hiểu rõ ràng, như vậy thì hướng đi đã có, điểm phát khởi đã xác định. Thêm vào đó ta lại được thân người, sống nơi văn hiến, sáu căn bình thường, thân thể khỏe mạnh an ổn, có đủ tín tâm, thật may mắn thay đường tu không có gì chướng ngại.

Huống chi ngày nay chúng ta lại được xuất gia, được thọ Cụ túc giới, được gặp đạo tràng, được nghe Phật pháp, chiêm ngưỡng xá-lợi Phật, lại tu tập sám pháp, gặp được bạn lành, đầy đủ nhân duyên thù thắng. Nếu hôm nay đây không phát tâm Bồ-đề, thì còn đợi ngày nào?

Chỉ mong Đại chúng thương đến sự chân thành dẫu là ngu muội, xót cho chí nguyện khó nhọc kiên trì của tôi, xin hãy cùng nhau phát tâm, lập nguyện Bồ-đề. Người chưa phát tâm, hôm nay hãy phát tâm; đã phát tâm rồi xin hãy tăng trưởng; đã tăng trưởng rồi, xin hãy tiếp tục đừng gián đoạn. Đừng sợ khó khăn mà thối thất, đừng thấy dễ dãi mà xem thường không cẩn trọng; đừng quá nôn nóng mà không giữ được dài lâu, đừng lười nhác buông thả mà thiếu sự dũng mãnh; đừng yếu hèn mất đi sự phấn chấn, đừng lần lữa do dự mà đợi chờ không dứt khoát; đừng vì tự thấy mình ngu si mà buông xuôi không chú ý, đừng vì căn tánh chậm lụt mà nghĩ mình không thể dự phần. Ví như việc trồng cây, lâu ngày thì rễ cạn dần ăn sâu; hoặc như mài dao, mài lâu thì lưỡi cùn thành sắc bén. Lẽ nào vì thấy rễ cạn mà không trồng, để cây phải chết khô; vì thấy lưỡi cùn mà không mài, để dao thành vô dụng?

Hơn nữa, nếu cho rằng tu hành là khổ nhọc, ấy thật chẳng biết rằng, lười nhác buông thả sẽ còn khổ hơn. Tu hành thì khổ nhọc tạm thời, nhưng được an vui mãi mãi, lười nhác thì an ổn tạm bợ một đời, nhưng phải chịu khổ đau nhiều kiếp. Huống chi, nếu nhờ đến con thuyền Tịnh độ, thì đâu phải lo gì thối chuyển? Được pháp vô sinh làm sức nhẫn chịu, thì đâu ngại gian nan? Nên biết rằng tội nhân trong địa ngục, mà còn có kẻ phát tâm Bồ-đề từ kiếp trước, huống chi là Phật tử trong cõi người, lại không lập đại nguyện đời này?

Do hôn ám si mê từ vô thủy, nên việc ngày trước không thể cản ngăn; ngày nay được tỉnh ngộ, chuyện tương lai có thể sửa đổi. Kẻ mê chưa ngộ vốn đã đáng thương, nhưng người biết mà không làm lại càng đớn đau đáng tiếc hơn nữa. Nếu biết sợ nỗi khổ địa ngục, thì tự nhiên khởi tâm tinh tấn. Luôn nhớ đến vô thường nhanh chóng, thì không dám lười nhác buông thả. Lại phải dùng giới pháp của Phật mà làm đòn roi nhắc nhở thôi thúc; nhờ bạn lành cùng nâng đỡ, dắt dẫn nhau. [Đã phát tâm rồi,] dù khi nguy cấp, gấp rút cũng chẳng lìa, dẫu suốt đời trọn kiếp, vẫn nương theo không bỏ, như vậy thì không còn lo gì sự thối thất.

Đừng cho một niệm tưởng là nhỏ nhoi [mà khinh suất dể duôi], đừng nghĩ việc phát nguyện chỉ là [nói suông nên] hư dối không hữu ích. Tâm chân thành thì sự việc đúng thật, nguyện lớn rộng thì chỗ thực hành sâu. Hư không chưa phải lớn, vì tâm này mới là rộng lớn; kim cương chưa phải bền chắc, vì nguyện lực còn bền chắc không gì hơn.

Nếu đại chúng có thể thật lòng không gạt bỏ những lời trên, thì quyến thuộc Bồ-đề từ đây nối kết, thệ ước đồng tâm niệm Phật từ nay bền chặt. Đã phát nguyện cùng sinh về Tịnh độ, cùng gặp Phật Di-đà, cùng giáo hóa chúng sinh, cùng thành Chánh giác, thì biết đâu trong tương lai ba mươi hai tướng tốt, trăm phúc tướng trang nghiêm, lại chẳng bắt đầu ngay từ sự phát tâm lập nguyện của hôm nay? Nguyện cùng đại chúng nỗ lực cố gắng. Điều tốt đẹp ấy, thật kỳ vọng lắm thay!

MỤC LỤC

Trong kinh Pháp Cú, đức Phật dạy rằng: "Pháp thí thắng mọi thí." Thực hành Pháp thí là chia sẻ, truyền rộng lời Phật dạy đến với mọi người. Mỗi người Phật tử đều có thể tùy theo khả năng để thực hành Pháp thí bằng những cách thức như sau:

1. Cố gắng học hiểu và thực hành những lời Phật dạy. Tự mình học hiểu càng sâu rộng thì việc chia sẻ, bố thí Pháp càng có hiệu quả lớn lao hơn. Nên nhớ rằng **việc đọc sách còn quan trọng hơn cả việc mua sách.**

2. Phải trân quý kinh điển, sách vở in ấn lời Phật dạy. Khi có điều kiện thì mua, thỉnh về nhà để tự mình và người trong gia đình đều có điều kiện học hỏi làm theo. Không nên giữ làm của riêng mà phải sẵn lòng chia sẻ, truyền rộng, khuyến khích nhiều người khác cùng đọc và học theo. Không nên để kinh sách nằm yên đóng bụi trên kệ sách, vì **kinh sách không có người đọc thì không thể mang lại lợi ích.**

3. Tùy theo khả năng mà đóng góp tài vật, công sức để hỗ trợ cho những người làm công việc biên soạn, dịch thuật, in ấn, lưu hành kinh sách, **để ngày càng có thêm nhiều kinh sách quý được in ấn, lưu hành.**

Thông thường, việc chi tiêu một số tiền nhỏ không thể mang lại lợi ích lớn, nhưng nếu sử dụng vào việc giúp lưu hành kinh sách thì lợi ích sẽ lớn lao không thể suy lường. Đó là vì đã giúp cho nhiều người có thể hiểu và làm theo lời Phật dạy. Mong sao quý Phật tử khắp nơi đều lưu tâm đóng góp sức mình vào những việc như trên.